ชีวิตที่เครียด VS ชีวิตที่อุดมสมบูรณ์

โยคะในแบบซามูไร

Translated to Thai from the English version of Stressful life Vs Abundant life: Yoga in a Samurai way

Dr Sridevi K.J. Sharmirajan(H.G)

Ukiyoto Publishing

สิทธิ์ในการเผยแพร่ทั่วโลกทั้งหมดเป็นของ

สำนักพิมพ์อุกิโยโตะ

เผยแพร่ในปี 2024

เนื้อหาลิขสิทธิ์© Dr SRIDEVI KJ SHARMIRAJAN

ไอเอสบีเอ็น 9789360499211

สงวนลิขสิทธิ์.

ห้ามทำซ้ำ ส่งต่อ หรือจัดเก็บส่วนใดส่วนหนึ่งของสิ่งพิมพ์นี้ในระบบการสืบค้น ไม่ว่าในรูปแบบใด ๆ ไม่ว่าจะด้วยวิธีอิเล็กทรอนิกส์ ทางกล การถ่ายเอกสาร การบันทึก หรืออื่น ๆ โดยไม่ได้รับอนุญาตจากผู้จัดพิมพ์ล่วงหน้า

สิทธิทางศีลธรรมของผู้เขียนได้รับการยืนยันแล้ว

นี่เป็นผลงานนิยาย ชื่อ ตัวละคร ธุรกิจ สถานที่ เหตุการณ์ สถานที่ และเหตุการณ์ต่างๆ เป็นผลจากจินตนาการของผู้เขียนหรือใช้ในลักษณะที่สมมติขึ้นมา ความคล้ายคลึงใดๆ กับบุคคลที่เกิดขึ้นจริง ทั้งคนเป็นหรือคนตาย หรือเหตุการณ์จริงเป็นเรื่องบังเอิญล้วนๆ

หนังสือเล่มนี้จำหน่ายภายใต้เงื่อนไขว่าจะไม่อนุญาตให้ยืม ขายต่อ จ้าง หรือเผยแพร่ โดยไม่ได้รับความยินยอมจากผู้จัดพิมพ์ล่วงหน้า ในรูปแบบใด ๆ ของข้อผูกมัดหรือปกนอกเหนือจากที่จำหน่ายหนังสือเล่มนี้ ที่ตีพิมพ์.

www.ukiyoto.com

การอุทิศตน

ฉันอยากจะอุทิศหนังสือของฉันให้กับพ่อแม่ของฉัน KJ Sharmila และ B. Soundirarajan
ที่ช่วยเหลือและชี้แนะฉันในทุกย่างก้าวของชีวิต ขอขอบคุณคุณย่าของผม ร. กันนามมาล
ที่เป็นทั้งเพื่อน ที่ปรึกษา และผู้อ่านผลงานของผมอันดับ 1 เสมอมา
ความทรงจำที่สวยงามของฉันอยู่กับคุณปู่ที่ล่วงลับไปแล้ว TP Jayaraj
ผู้เขียนบทกวีและเล่านิทานก่อนนอนในวัยเด็กของฉัน สุดท้ายนี้
ฉันอยากจะขอบคุณอาจารย์และคุรุของฉัน Saibaba, Vethathiri Maharishi
และผู้คนที่ฉันพบในชีวิตจนถึงตอนนี้ที่สอนความรู้ทั้งหมดที่ฉันได้รับจากพวกเขามาจนถึงทุกวันนี้

การรับทราบ

ฉันอยากจะแสดงความขอบคุณอย่างสุดซึ้งต่อทุกคนที่มีส่วนร่วมในการสร้าง "ชีวิตที่เครียด Vs ชีวิตที่อุดมสมบูรณ์: โยคะในวิถีซามูไร" หนังสือเล่มนี้เป็นงานแห่งความรัก และฉันรู้สึกเป็นเกียรติกับการสนับสนุนและแรงบันดาลใจที่ฉันมี

ได้รับตลอดการเดินทางครั้งนี้

ก่อนอื่น ฉันขอแสดงความขอบคุณจากใจจริงต่อนักรบซามูไรของญี่ปุ่นโบราณ คุณธรรมอันสูงส่งและความมุ่งมั่นอันแน่วแน่ของพวกเขาต่อหลักปฏิบัติบูชิโดได้ทำหน้าที่เป็นแหล่งที่มาของแรงบันดาลใจเหนือกาลเวลา การอุทิศตนเพื่อความยุติธรรม ความกล้าหาญ ความเห็นอกเห็นใจ ความเคารพ ความซื่อสัตย์ เกียรติยศ ความภักดี และการควบคุมตนเองได้เป็นแนวทางในการสร้างสรรค์หนังสือเล่มนี้

ฉันรู้สึกซาบซึ้งอย่างยิ่งต่อโยคีโบราณและคำสอนอันลึกซึ้งที่พวกเขาสืบทอดกันมาจากรุ่นสู่รุ่น ความเข้าใจอย่างลึกซึ้งเกี่ยวกับความสามัคคีของจิตใจ ร่างกาย และจิตวิญญาณ รวมถึงการเน้นย้ำถึงการตระหนักรู้ในตนเอง การมีสติ และความสงบภายใน ได้ให้รากฐานที่ลึกซึ้งสำหรับการสังเคราะห์โยคะและหลักปฏิบัติบูชิโด

ถึงครอบครัวและเพื่อนๆ ของฉัน
ขอขอบคุณสำหรับการสนับสนุนและกำลังใจอย่างแน่วแน่ตลอดกระบวนการสร้างสรรค์นี้ ความเชื่อที่คุณมีต่อฉันและความอดทนของคุณตลอดหลายชั่วโมงนับไม่ถ้วนในการค้นคว้า เขียน และปรับแต่งหนังสือเล่มนี้เป็นสิ่งล้ำค่า

ฉันขอขอบคุณทีมงานของ Wings Publications ที่ทำให้ฉันได้นำวิสัยทัศน์นี้ไปใช้จริง ฉันอยากจะขอบคุณ Kailash Pinjani และ Deepak Parbat
ที่ให้คำแนะนำและเคล็ดลับในการเขียนหนังสือแก่ฉัน ขอขอบคุณเป็นพิเศษสำหรับ Sagar Garve ที่คอยชี้แนะฉันตลอดเส้นทางการเขียนของฉัน ขอขอบคุณ Abhas Mangal อย่างยิ่งที่นำวิสัยทัศน์ของฉันมาสู่ความคิดสร้างสรรค์ ฉันขอขอบคุณเป็นพิเศษต่อกูรูเซน/อิคิไก โค้ชสันชาริและนิรันจันสำหรับการแบ่งปันความรู้ ภาพประกอบซามูไร และแนวคิดเกี่ยวกับวัฒนธรรมญี่ปุ่นที่ได้เพิ่มคุณค่าให้กับหน้าหนังสือเล่มนี้และมีส่วนทำให้หนังสือเล่มนี้มีความถูกต้องแม่นยำ

สุดท้ายนี้ ฉันขอแสดงความขอบคุณอย่างจริงใจต่อผู้อ่าน "ชีวิตที่เครียด Vs ชีวิตที่อุดมสมบูรณ์: โยคะในวิถีซามูไร" ฉันหวังว่าหนังสือเล่มนี้จะเป็นแหล่งของแรงบันดาลใจ คำแนะนำ และการเปลี่ยนแปลงในการเดินทางของคุณสู่ความเข้มแข็ง ความสมดุล และความกลมกลืนจากภายใน

ขอให้การสังเคราะห์โยคะและรหัสบูชิโดช่วยให้คุณยอมรับคุณธรรมของซามูไรและภูมิปัญญาของโยคะในชีวิตประจำวันของคุณ

ด้วยความซาบซึ้งใจอย่างยิ่ง

นพ. ศรีเดวี เคเจ ชาร์มิราจัน

คำนำ

นมัสเต ผู้แสวงหาสติปัญญาและนักรบแห่งจิตวิญญาณของฉัน! (หรือควรจะพูดว่า Konnichiwa เมื่อเราไปเที่ยวญี่ปุ่นครั้งนี้)

เตรียมตัวให้พร้อมออกเดินทางสู่การเดินทางอันลึกลับผ่านอาณาจักรโบราณแห่งรหัสบูชิโด เทคนิคของซามูไร และโลกแห่งโยคะมหัศจรรย์ และเดาอะไร? Sridevi นักเรียนของเราเองเป็นไกด์ของคุณในการผจญภัยสุดมันส์นี้!

นี่ไม่ใช่หนังสือเกี่ยวกับการเปลี่ยนแปลงชีวิตของคุณหรือเคล็ดลับที่ช่วยให้คุณมองเห็นแสงสว่าง นี่คือหนังสือที่จะพาคุณไปทำความเข้าใจกับปรัชญาที่หยั่งรากลึกและสนับสนุนให้คุณปรับภูมิปัญญาที่บรรพบุรุษของเราค้นพบ เมื่อศรีเดวีติดต่อมาหาเราเป็นครั้งแรก มันเป็นความบังเอิญอิคิไกพาเรามาพบกัน เราเป็นโค้ชของ Ikigai และนั่นคือสิ่งที่ทำให้เธอสนใจในขณะที่เธอพยายามจะเขียนหนังสือเกี่ยวกับเรื่องนี้ ผลลัพธ์ที่ได้คือการสนทนา การแลกเปลี่ยนความคิดเห็น และคำศัพท์เหล่านี้ที่คุณจะดื่มด่ำไปกับมัน

วันนี้ Ikigai และ Zen เป็นคำที่คุณจะพบในคำบรรยายภาพ Instagram และคำแนะนำในการเพิ่มประสิทธิภาพ อย่างไรก็ตาม รากศัพท์ของคำภาษาญี่ปุ่นเหล่านี้ลึกซึ้งกว่านั้น คำจำกัดความมีมากกว่าแผนภาพเวนน์ 4 วงกลมที่คุณเห็นในวัฒนธรรมสมัยนิยม

ลองนึกภาพสิ่งนี้: ซามูไรซึ่งมีดาบแฟนซีและทรงผมอันยิ่งใหญ่ ดำรงชีวิตด้วยคุณธรรมแปดประการ ได้แก่ ความยุติธรรม ความกล้าหาญ ความเห็นอกเห็นใจ ความเคารพ ความซื่อสัตย์ เกียรติยศ ความภักดี และการควบคุมตนเอง คุณธรรมเหล่านี้เปรียบเสมือนพลังวิเศษที่นำทางพวกเขาให้สร้างโลกแห่งเกียรติยศและความยิ่งใหญ่

แต่เดี๋ยวก่อนยังมีอีกมาก! ศรีเดวีเผยเทคนิคลับของซามูไรอย่างล้นหลาม พวกเขาจะทำตามคำปฏิญาณแห่งความเงียบ เลิกทำสมาธิแบบเซนและมิคเคียว และโดยพื้นฐานแล้วจะกลายเป็นปรมาจารย์แห่งความชั่วร้าย นักรบเหล่านี้รู้วิธีค้นหาเซนในตัวและเตะก้นจริงจัง!

และตอนนี้เพื่อน ๆ ของฉัน เรามาดำดิ่งสู่โลกแห่งโยคะที่ซึ่งร่างกาย จิตใจ และจิตวิญญาณมารวมกันเป็นกอดอันยิ่งใหญ่และสนุกสนาน ดังที่ BKS Iyengar ผู้ยิ่งใหญ่กล่าวไว้ว่า "โยคะสอนให้เรารักษาสิ่งที่ไม่จำเป็นต้องอดทน และอดทนในสิ่งที่รักษาไม่ได้" ดังนั้นเตรียมตัวให้พร้อมที่จะบิด งอ และหายใจเข้าไปสู่ความมีชีวิตชีวา ความชัดเจนของจิตใจ และความรักมากมายต่อตัวคุณเองและจักรวาล

เมื่อคุณพลิกดูหน้าต่างๆ ของหนังสือที่น่าทึ่งเล่มนี้ คำพูดของศรีเดวีจะทำให้คุณรู้สึกเหมือนเป็นนักรบแห่งจิตวิญญาณที่แท้จริง เพื่อนๆ ทั้งหลาย รัดเข็มขัดให้แน่น เพราะการผจญภัยครั้งนี้กำลังจะพาคุณออกเดินทางสู่การค้นพบตัวเอง การเติบโตส่วนบุคคล และภูมิปัญญาสไตล์อินเดียมากมาย

ดังนั้น ด้วยรอยยิ้มกว้างและมีชัยอยู่ในมือ เรามาเริ่มต้นภารกิจอันยิ่งใหญ่นี้ด้วยกัน เตรียมพร้อมที่จะปลดปล่อยนักรบจากภายใน ยอมรับความเป็นบอลลีวูดที่อยู่ภายในตัวคุณ และค้นพบความมหัศจรรย์ที่ซ่อนอยู่ในคำสอนโบราณของรหัสบูชิโด เทคนิคของซามูไร และโลกแห่งโยคะที่มีชีวิตชีวา

สัญชารีและนิรัญจัน

ผู้ร่วมก่อตั้ง Soulflow Zen Academy

การปฏิเสธความรับผิด

ข้อมูลที่ให้ไว้ใน "ชีวิตที่เครียดกับชีวิตที่อุดมสมบูรณ์: โยคะในวิถีซามูไร"
มีวัตถุประสงค์เพื่อให้ข้อมูลทั่วไปเท่านั้น เนื้อหาของหนังสือเล่มนี้มีพื้นฐานมาจากการวิจัย
ประสบการณ์ส่วนตัว และการบูรณาการแนวคิดทางปรัชญาจากโยคะและรหัสบูชิโดของซามูไร

แม้ว่าเราจะพยายามทุกวิถีทางเพื่อให้มั่นใจว่าข้อมูลที่นำเสนอมีความถูกต้องและเชื่อถือได้
แต่สิ่งสำคัญที่ควรทราบคือแนวปฏิบัติและเทคนิคที่อธิบายไว้ในหนังสือเล่มนี้อาจไม่เหมาะสำหรับ
ทุกคน ขอแนะนำให้ผู้อ่านปรึกษากับครูสอนโยคะที่มีคุณสมบัติเหมาะสม
ผู้เชี่ยวชาญด้านศิลปะการต่อสู้ หรือผู้เชี่ยวชาญที่เหมาะสมอื่นๆ
ก่อนที่จะพยายามออกกำลังกายหรือนำแนวทางปฏิบัติใหม่ๆ มาใช้

ผู้แต่งและผู้จัดพิมพ์หนังสือเล่มนี้จะไม่รับผิดชอบต่อการบาดเจ็บ ความสูญเสีย
หรือความเสียหายใดๆ ที่อาจเป็นผลมาจากการใช้หรือนำข้อมูลที่ให้ไปใช้ในทางที่ผิด
แต่ละคนมีความรับผิดชอบต่อความเป็นอยู่ที่ดีของตนเอง
และควรใช้ความระมัดระวังและวิจารณญาณส่วนบุคคลเมื่อทำกิจกรรมทางกายหรือปฏิบัติตามแน
วทางปฏิบัติใดๆ ที่อธิบายไว้ในหนังสือเล่มนี้

นอกจากนี้ หนังสือเล่มนี้ไม่ได้แทนที่หรือทดแทนคำแนะนำจากผู้เชี่ยวชาญ เช่น
ที่ปรึกษาทางการแพทย์ จิตวิทยา หรือกฎหมาย ผู้อ่านที่มีความกังวลเรื่องสุขภาพ
ข้อจำกัดทางกายภาพ หรือสถานการณ์อื่นๆ ส่วนบุคคล
ควรขอคำแนะนำจากผู้เชี่ยวชาญก่อนที่จะดำเนินการแนวปฏิบัติใหม่ๆ
หรือเปลี่ยนแปลงวิถีชีวิตอย่างมีนัยสำคัญ

ความคิดเห็นที่แสดงใน "Stressful Life Vs Abundant Life: YOGA IN A SAMURAI WAY"
เป็นเพียงความคิดเห็นของผู้เขียนเท่านั้น
และไม่ได้เป็นตัวแทนความคิดเห็นหรือความคิดเห็นขององค์กร สถาบัน
หรือบุคคลที่กล่าวถึงในหนังสือ

การอ่านหนังสือเล่มนี้แสดงว่าคุณรับทราบและยอมรับว่าคุณต้องรับผิดชอบต่อการกระทำและการ
ตัดสินใจของคุณแต่เพียงผู้เดียว
ผู้เขียนและผู้จัดพิมพ์ไม่รับผิดชอบต่อผลลัพธ์หรือผลที่ตามมาของการนำข้อมูลที่ให้ไว้ในหนังสือ
เล่มนี้ไปใช้

โปรดใช้ดุลยพินิจของคุณและปรึกษากับผู้เชี่ยวชาญตามที่จำเป็นเพื่อความปลอดภัยและความเป็นอยู่ที่ดีของคุณในขณะที่มีส่วนร่วมในแนวทางปฏิบัติหรือการออกกำลังกายใด ๆ ที่อธิบายไว้ในหนังสือเล่มนี้

สารบัญ

การแนะนำ	1
ความรู้เบื้องต้นเกี่ยวกับโยคะ	4
พลังแห่งซามูไร	15
ความยุติธรรม(Gi)	24
ความกล้าหาญ (ยู)	32
ความเมตตา(จิน)	41
เคารพ(เรย์)	50

นพ. ศรีเทวี เคเจ ชาร์มีรจัน 1

การแนะนำ

ในชีวิตประจำวันของเรา เรามีปัญหามากมายและอาจช่วยครอบครัว เพื่อนหรือที่ทำงานของเราในการแก้ปัญหา แต่คุณได้ใช้เวลาสักครู่เพื่อทบทวนตัวเองบ้างไหม? ลองถามคำถามสองสามข้อกับตัวเราเอง:

- คุณตระหนักถึงปัญหาทางร่างกายและจิตใจที่คุณเผชิญอยู่หรือไม่?
- คุณมีชีวิตที่สมดุล มีสุขภาพดี และอุดมสมบูรณ์หรือไม่?
- คุณเพิกเฉยต่อครอบครัวและเพื่อนของคุณเนื่องจากความกดดันในการทำงานหรือไม่?
- ประสบการณ์แย่ๆ ทำลายทั้งวันของคุณหรือไม่?
- คุณเริ่มต้นวันใหม่ด้วยความสับสนวุ่นวายหรือไม่?
- คุณพอใจกับชีวิตการทำงานและชีวิตส่วนตัวของคุณหรือไม่?
- คุณตระหนักถึง "ตัวตนที่แท้จริง" ของคุณแล้วหรือยัง?

จะมีคำถามมากมายที่เราต้องถามตัวเอง สังคมและครอบครัวอาจเห็นคุณในเวอร์ชั่นที่แตกต่างกัน การขอความช่วยเหลือจากผู้อื่นไม่ใช่เรื่องผิด แต่พวกเขาสามารถช่วยคุณได้ในระดับหนึ่ง พวกเขาไม่รู้จักคุณในเวอร์ชั่นที่สมบูรณ์ คุณดูแลคนอื่นเพราะพวกเขาอยู่ตรงหน้าคุณ

"ถ้าคุณต้องการช่วยเหลือตัวเองจริงๆ คุณต้องรักตัวเอง" - เมียร์ เอซรา

หนังสือเล่มนี้เป็นการเดินทางของผู้หญิงที่เปลี่ยนอาชีพจากผู้เชี่ยวชาญด้านไอทีมาเป็นครูสอนโยคะ ฉันขอบอกว่าอุตสาหกรรมไอทีและโยคะเป็นสองขั้วที่แตกต่างกันในอาชีพนี้ เพราะทั้งสองอาชีพมีประสบการณ์และอารมณ์ที่แตกต่างกันซึ่งส่งผลต่อชีวิตประจำวันของฉัน ประสบการณ์และการสังเกตของฉันคุ้มค่าที่จะบอกเล่าเพราะฉันเคยอยู่ในสภาพแวดล้อมที่มีเสียงดังและเงียบสงบ

คุณอาจจะทำงานอาชีพไหนก็ได้ แต่หลายๆ คนกลับล้มเหลวในการดูแลตัวเอง หลายๆ คนยุ่งจนไม่มีเวลาผ่อนคลายแม้แต่นาทีเดียว แม้ว่าพวกเขาจะออกเดินทาง แต่พวกเขาก็ยังชอบพักผ่อนหรือใช้เวลาอยู่กับครอบครัวมากกว่าดูแลตัวเอง นอกจากนี้ ลูกๆ ของพวกเขายังทำงานและเล่นบนอุปกรณ์อัจฉริยะ โดยไม่ตระหนักถึงความรักและการดูแลตนเอง

สถานที่ทำงาน โรงเรียน และวิทยาลัยหลายแห่งจัดชั้นเรียนด้านสุขภาพกายเพื่อดูแลสุขภาพจิตของตน แต่หลายคนติดตามมาสักสองสามวันและไม่สนใจเรื่องสุขภาพ ด้วยเหตุนี้ หลายๆ คนจึงประสบปัญหามากมายเนื่องจากขาดความสม่ำเสมอ

ใน "ชีวิตที่เครียดกับชีวิตที่อุดมสมบูรณ์: โยคะในวิถีซามูไร" เราเริ่มต้นการสำรวจปรัชญาสองประการที่ไม่เหมือนใคร โดยพยายามค้นหาหลักการ ค่านิยม และแนวปฏิบัติที่มีร่วมกัน เราเจาะลึกเทคนิคที่ซามูไรปฏิบัติตามเพื่อปลูกฝังความแข็งแกร่งภายใน สมาธิ และความกลมกลืน เช่น การฝึกสมาธิ การกินอย่างมีสติ ศิลปะการดื่มชา การฝึกร่างกาย และการไตร่ตรองเรื่องดาบ การปฏิบัติเหล่านี้ผสมผสานกับคำสอนของโยคะ นำเสนอแนวทางแบบองค์รวมเพื่อการเติบโตส่วนบุคคลและการเรียนรู้ตนเอง

"ฝึกฝนการช่วยเหลือตนเองก่อน ก่อนที่จะช่วยเหลือผู้อื่น" - มอรีน จอยซ์ คอนนอลลี่

ในหนังสือเล่มนี้ ฉันจะเน้นไปที่ความสำคัญของการรักตนเอง การดูแลตัวเอง ความมีวินัยในตนเอง แรงจูงใจในตนเอง ความมั่นใจในตนเอง ฯลฯ ซึ่งเกี่ยวข้องกับการที่ทุกคนต้องดูแลและสร้างเวอร์ชันที่ดีที่สุดของตัวเอง จำไว้ว่าการดูแลตัวเองไม่ใช่เรื่องโลภ อย่าพึ่งคนอื่นมาดูแลคุณ ตามสุภาษิตโบราณ การช่วยตัวเองคือความช่วยเหลือที่ดีที่สุด เพราะมันจะช่วยให้คุณมีชีวิตที่ดีขึ้น

ผมจะพูดถึงคำศัพท์ที่ขึ้นต้นด้วยคำว่า "ตนเอง" ตลอดทั้งเล่ม เพราะคุณสามารถพึ่งพา ไว้วางใจ และแสดงออกว่าตนเองมีชีวิตที่มั่นใจและมีความสุขได้ เมื่อคุณเริ่มฝึกดูแลตัวเอง คุณจะรู้ว่าคุณเป็นต้นเหตุของปัญหาของตัวเอง และมีเพียงคุณเท่านั้นที่สามารถแก้ไขปัญหานั้นได้

หนังสือเล่มนี้เป็นการเชิญชวนให้รวมคุณธรรมของซามูไรและภูมิปัญญาแห่งโยคะเข้ากับชีวิตของคุณเอง คุณจะค้นพบวิธีการยอมรับคุณธรรมอันสูงส่งของความยุติธรรม ความกล้าหาญ ความเห็นอกเห็นใจ ความเคารพ ความซื่อสัตย์ เกียรติ ความภักดี และการควบคุมตนเอง ผ่านข้อมูลเชิงลึกที่ใช้งานได้จริง เพิ่มขีดความสามารถให้กับเกร็ดเล็กเกร็ดน้อย และการปฏิบัติที่เข้าถึงได้ ขณะเดียวกันก็ฝึกโยคะให้ลึกซึ้งยิ่งขึ้นและบำรุงสมดุลและความสามัคคี การดำรงอยู่.

ไม่ว่าคุณจะเป็นโยคีผู้ช่ำชอง ผู้ชื่นชอบศิลปะการต่อสู้ หรือเพียงผู้แสวงหาความแข็งแกร่งและความสมดุลจากภายใน "ชีวิตที่เครียดกับชีวิตที่อุดมสมบูรณ์: โยคะในวิถีซามูไร" นำเสนอเส้นทางแห่งการสำรวจและการเปลี่ยนแปลง ทำหน้าที่เป็นหนังสือคู่มือปลุกนักรบภายใน เสริมพลังให้คุณรวบรวมคุณธรรมเหนือกาลเวลาเหล่านี้และนำไปใช้กับชีวิตประจำวันของคุณ

ขณะที่เราเริ่มต้นการเดินทางครั้งนี้ด้วยกัน
ขอให้คุณค้นพบความเชื่อมโยงอันลึกซึ้งกับตัวคุณเองและโลก
ขอให้คุณยอมรับหลักการแห่งความยุติธรรม ความกล้าหาญ ความเห็นอกเห็นใจ ความเคารพ ความซื่อสัตย์ เกียรติยศ ความภักดี และการควบคุมตนเอง เพื่อให้สิ่งเหล่านี้นำทางคุณไปสู่ชีวิตที่สมดุล เข้มแข็ง และความสามัคคี

เตรียมปลดปล่อยนักรบจากภายในและเริ่มต้นเส้นทางการเปลี่ยนแปลงของการค้นพบตนเอง การเติบโตส่วนบุคคล และการฝึกฝนชีวิตที่ดี
ให้การบรรจบกันของโยคะและหลักปฏิบัติบูชิโดช่วยให้คุณเริ่มต้นการเดินทางที่ก้าวข้ามขอบเขตทางร่างกายและจิตใจ ซึ่งนำไปสู่การเชื่อมโยงที่ลึกซึ้งยิ่งขึ้นกับตัวคุณเอง ผู้อื่น และโลกรอบตัวคุณ
ถ้าอย่างนั้น
เรามาดูกันว่าเราจะจัดการกับชีวิตที่ตึงเครียดและเปลี่ยนไปสู่ชีวิตที่อุดมสมบูรณ์โดยใช้โยคะในวิถีซามูไรได้อย่างไร

ความรู้เบื้องต้นเกี่ยวกับโยคะ

การดูแลตัวเองเป็นสิ่งสำคัญหรือไม่?

เรามักจะอยู่ในโลกที่วุ่นวายซึ่งเรายุ่งกับงานของเราแล้วเราก็กลับบ้าน พักผ่อน และเริ่มต้นวันใหม่อีกครั้ง คนที่ทำงานหนักทุกวันนี้ไม่ดูแลตัวเอง พวกเขามักจะชอบใช้เวลาว่างกับเพื่อน ครอบครัว ภาพยนตร์ เกม ฯลฯ คนส่วนใหญ่ดูแลตัวเองภายนอกและละเลยตัวตนภายในของตนเอง จำเป็นต้องดูแลความคิดของเราและมีความสงบภายในกับตัวเองเพื่อที่คุณจะได้เข้าใจวัตถุประสงค์ของ "คุณที่แท้จริง"

การดูแลตนเองเป็นแนวทางปฏิบัติที่จำเป็นในการรักษาความเป็นอยู่โดยรวมและการจัดการความเครียด มีเทคนิคการดูแลตนเองมากมายที่สามารถช่วยให้คุณผ่อนคลาย เติมพลัง และดูแลตัวเองได้ โยคะมักถูกมองว่าเป็นเทคนิคการดูแลตนเองที่ดีเยี่ยม เนื่องจากโยคะมีประโยชน์แบบองค์รวมต่อจิตใจ ร่างกาย และจิตวิญญาณ สิ่งสำคัญคือต้องเข้าใจประวัติศาสตร์ของโยคะและวิธีการฝึกโยคะในอินเดียโบราณ

ตำนานเกี่ยวกับโยคะ

โยคะเป็นรูปแบบศิลปะโบราณรูปแบบหนึ่งที่ปฏิบัติกันเมื่อกว่า 5,000 ปีก่อนในอินเดีย ระบบโยคะได้รับการเผยแพร่ครั้งแรกโดยปราชญ์หิรัณยา การ์บา จากนั้นจึงเรียบเรียงโดยปตัญชลีมหาฤษี ปตัญชลีถูกเรียกว่าบิดาแห่งโยคะเพราะเขารวบรวมมาจัดทำเป็นหนังสือและเรียกว่าโยคะสูตร โยคะมาจากคำว่า "ยุจ" ซึ่งหมายถึงความสามัคคี การผสมผสาน หรือความสามัคคี ร่างกายและจิตใจควรสอดคล้องกับพลังงานชีวิตของเราและเป็นแรงจูงใจในการฝึกโยคะ

เรามาพูดถึงตำนานกันดีกว่า ทุกคนคิดว่าการฝึกอาสนะ ปราณายามะ และการทำสมาธิเป็นโยคะที่แท้จริง ข้อความของสูตรโยคะประกอบด้วยพระสูตร 196 บทซึ่งแบ่งออกเป็นสี่บท

สมาธิปาดา

Samadhi Pada ประกอบด้วย 51 พระสูตรและเกี่ยวข้องกับสภาวะความสุขหรือสมาธิที่เกิดขึ้นระหว่างการทำสมาธิ จิตสำนึกยังคงรับรู้ถึงตัวเองโดยสมบูรณ์ ปราศจากความคิด และอยู่ในสภาพที่สมบูรณ์ แนวคิดเรื่องพระเจ้าได้รับการกล่าวถึงในพระสูตร 1.27-1.28

โดยที่ปตัญชลียังเน้นย้ำถึงความสำคัญของพระนาวา (OM) และการกล่าวซ้ำอีกด้วย นำมาซึ่งการหายไปของอุปสรรคทั้งหมดและการตื่นตัวของจิตสำนึกใหม่ OM เป็นตัวแทนของสิ่งที่อยู่เหนืออดีต ปัจจุบัน และอนาคต จิตใจจะสมดุล ปราศจากสิ่งรบกวนที่เกิดจากความสุขและความเจ็บปวด อยู่ในภาวะสมดุลกับสภาวะปฐมภูมิและมีความสงบสุขในตัวเอง

สัธนาพาดา

ประกอบด้วยพระสูตร 55 พระสูตร อาสนะ แปลว่า การฝึกฝน ซึ่งเกี่ยวข้องกับกริยะโยคะและอัษฏางคโยคะ กรรมโยคะและกริยะโยคะมีจุดประสงค์เดียวกัน และอธิบายว่าการกระทำจะต้องดำเนินการอย่างไรโดยไม่คาดหวังเกี่ยวกับผลลัพธ์ของการกระทำ ตามที่พระกฤษณะอธิบายไว้ในภควัทคีตา

ตามคำกล่าวของ Patanjali Maharishi อัษฏางคโยคะประกอบด้วย 8 แขนขา ซึ่งมีการกล่าวถึงด้านล่าง

1. ยามะ- การดำเนินชีวิตที่ถูกต้องตามหลักจรรยาบรรณ เช่น การไม่ใช้ความรุนแรง ความซื่อสัตย์ การไม่ขโมย การถือโสด และการไม่โลภ

2. นิยามา- หน้าที่ต่างๆ เช่น ความบริสุทธิ์ ความพึงพอใจ ความเข้มงวด การใคร่ครวญ และการไตร่ตรองพระเจ้า เพื่อสร้างสภาพแวดล้อมเชิงบวกภายในตัวคุณ

3. อาสนะ-บูรณาการร่างกายและจิตใจผ่านการปฏิบัติทางกายภาพ

4. ปราณยามะ-ควบคุมและควบคุมลมหายใจเพื่อให้เกิดความสงบ

5. ปรัตยหาระ - การถอนจิตจากการรับรู้ของโลกภายนอก

6. ธรณะ-สมาธิแห่งจิต

7. ธยานะ-สมาธิและการไตร่ตรอง

8. สมาธิ-ภาวะที่เป็นหนึ่งเดียวกับพระเจ้า

วิภูติปาดา

วิภูติ เป็นภาษาสันสกฤต แปลว่า "อำนาจ" หรือ "การสำแดง" ในบทที่ 3 สามแขนขาสุดท้ายของอัษฏางคโยคะ เช่น ธารานา ธยานา และสมาธิ ประกอบด้วยพระสูตร 56

บทที่เกี่ยวข้องกับพลังพิเศษหรือสิทธิที่สามารถทำได้โดยการฝึกโยคะ
ความถี่ของคลื่นความคิดจะลดลงสู่ระดับที่ต่ำมากหรือละเอียดเมื่อมีการเปิดเผยความลับที่ลึกที่สุดของธรรมชาติ นอกจากนี้ยังพูดถึงการสำแดงผ่านพลังของจิตใจด้วย ความบริสุทธิ์ของความคิด คำพูด และการกระทำมีความสำคัญสูงสุด
หากเราต้องการจะเป็นรูปแบบที่บริสุทธิ์ที่สุดของพระคุณของพระเจ้า

ไกวัลยา ปาดา

ไกวัลยะ แปลว่า "ความโดดเดี่ยว" ประกอบด้วยพระสูตร 34 องค์
มันพูดถึงโมกษะหรือการปลดปล่อยจิตวิญญาณ จิตสำนึกผสานเข้ากับพระเจ้า
และไม่ถูกรบกวนโดยการเคลื่อนไหวของจิตใจอีกต่อไป
และสามารถบรรลุได้ด้วยความตระหนักรู้ทั้งหมด
ไกวัลยะปาดาบรรยายถึงกระบวนการหลุดพ้นและพูดถึงแนวคิดเรื่องกรรมและทฤษฎีเหตุและผล
ช่วยให้เข้าใจความหลุดพ้นจากการเกิดใหม่และความเป็นอิสระจากความทุกข์
และนำเรากลับไปสู่ตัวตนที่แท้จริงของเราเพื่อบรรลุโมกษะ

วัตถุประสงค์หลักของโยคะคือการใช้ชีวิตตามหลักจรรยาบรรณเพื่อที่เราจะได้มีชีวิตที่ดีและมีสุขภาพที่ดีผ่านการออกกำลังกาย การหายใจ วิปัสสนาความคิด
และฝึกสมาธิเพื่อแก้ไขตัวเราเองเพื่อที่เราจะผสานเข้ากับสภาวะศักดิ์สิทธิ์ได้

โยคะในรามเกียรติ์

เราอาจเคยได้ยินเรื่องราวของมหากาพย์อันยิ่งใหญ่สองเรื่อง เช่น รามเกียรติ์ และ มหาภารตะ
แต่เราไม่ทราบว่าทุกคนในสมัยนั้นได้ฝึกโยคะเพื่อดำเนินชีวิตอย่างมีคุณธรรม

รามเกียรติ์ประกอบด้วย 24,000 บทและตั้งอยู่ใน Treta Yuga บอกเล่าเรื่องราวของรัชกาลที่ภารกิจของอาณาจักรอโยธยาเพื่อช่วยเหลือนางสีดาผู้เป็นที่รักของพระองค์จากเงื้อมมือของทศกัณฐ์ด้วยความช่วยเหลือจากลักษมณาพระเชษฐา หนุมาน และกองทัพลิง

ในรามายณะของวัลมิกิ อธิบายปรัชญาเบื้องหลังสูตรโยคะและองค์ประกอบโยคะถูกอธิบายว่าเป็นตัวละคร และบรรยายในรูปแบบของเรื่องราวเพื่อให้ผู้คนเข้าใจดีขึ้น อีกทั้งยังอธิบายคุณธรรมและธรรมด้วยทุกลักษณะที่แสดงถึงความยิ่งใหญ่แห่งธรรม หนังสือเล่มนี้กล่าวถึงการฝึกสมาธิที่หลากหลายซึ่งสะท้อนถึงงานของปตัญชลีมหาริชีจากสมัยโบราณ

แปดแขนขาของโยคะในรามเกียรติ์

ในรามเกียรติ์ พระรามมักถูกมองว่าเป็นศูนย์รวมของหลักธรรมและถูกมองว่าเป็นมนุษย์ในอุดมคติที่เดินตามเส้นทางแห่งความชอบธรรม ในทางกลับกัน ทศกัณฐ์ถูกมองว่าเป็นศูนย์รวมแห่งความชั่วร้ายและเป็นคนที่ถูกขับเคลื่อนด้วยอัตตาและความปรารถนาของตัวเอง แม้ว่าทั้งพระรามและทศกัณฐ์จะมีความเชี่ยวชาญในหลายแง่มุมของชีวิต แต่ก็อาจกล่าวได้ว่าพวกเขาเดินตามเส้นทางที่แตกต่างกันเมื่อมาถึงโยคะทั้งแปด

- ยามะ (ความยับยั้งชั่งใจ): ตัวละครของพระรามเป็นตัวแทนของแขนขานี้ในขณะที่เขาเป็นตัวอย่างคุณสมบัติเหล่านี้ในการกระทำและการตัดสินใจของเขาตลอดทั้งเรื่อง
  - นิยามะ (การปฏิบัติตาม): ลักษณะของนางสีดาเป็นตัวแทนของแขนขานี้ในขณะที่เธอรวบรวมคุณสมบัติเหล่านี้ไว้ในความทุ่มเทอย่างแน่วแน่ต่อพระรามและการรับใช้ผู้อื่นอย่างไม่เห็นแก่ตัว
  - อาสนะ (ท่าทาง): ตัวละครของหนุมานแสดงถึงแขนขานี้เนื่องจากเขามักแสดงอยู่ในท่าโยคะต่างๆ รวมถึงหนุมานอาสนะ (แยก), วาสิษฐสนะ (ไม้กระดานด้านข้าง), จันทรสนะ (พระจันทร์ครึ่งเสี้ยวและพระจันทร์เต็มดวง), วิราสนะ (ท่าฮีโร่), ทาดาสนะ (ท่าภูเขา) ครุฑอาสนะ (ท่าอินทรี) ฯลฯ
  - ปราณยามะ (การควบคุมลมหายใจ): ลักษณะของภารตะเป็นตัวแทนของแขนขานี้ เพราะเช่นเดียวกับที่ปราณายามะต้องใช้สมาธิและการควบคุมลมหายใจอย่างสม่ำเสมอ ภารตะยังคงยืนหยัดในการปฏิบัติหน้าที่ในฐานะผู้สำเร็จราชการแทนพระองค์ ซึ่งปกครองอโยธยาในนามของพระรามในระหว่างที่เขาถูกเนรเทศ ความทุ่มเทอย่างแน่วแน่ การควบคุมตนเองและกิริยาท่าทางที่สงบของพระองค์เป็นแบบอย่างของคุณสมบัติที่ได้รับการปลูกฝังผ่านการฝึกควบคุมลมหายใจและการควบคุมลมหายใจ
  - พระลักษมณ์ (การถอนความรู้สึก): อุปนิสัยของลักษมณาแสดงถึงแขนขานี้ เนื่องจากมักถูกมองว่าสามารถถอนตัวจากสิ่งรบกวนภายนอก และมุ่งความสนใจไปที่หน้าที่และความรับผิดชอบของตนแต่เพียงผู้เดียว
  - ธารณา (สมาธิ): ลักษณะของทศกัณฐ์แสดงถึงแขนขานี้ในขณะที่เขาแสดงให้เห็นว่ามีสมาธิอย่างมากและมุ่งเน้นในการศึกษาวิทยาศาสตร์และศิลปะต่างๆ แต่ความสนใจของเขาถูกขับเคลื่อนด้วยอัตตาและความปรารถนาในอำนาจ
  - ธยานะ (การทำสมาธิ): ตัวละครของวัลมิกิเป็นตัวแทนของแขนขานี้ เนื่องจากเชื่อกันว่าเขาได้นั่งสมาธิเรื่องรามเกียรติ์ก่อนที่จะแต่งเพลง การใคร่ครวญอย่างลึกซึ้ง การตรัสรู้ และสภาวะการทำสมาธิของวัลมิกิ ที่เขาแต่งขึ้นเป็นมหากาพย์ สะท้อนให้เห็นถึงการปฏิบัติของธยานะ
  - สมาธิ (การรวมตัวกับพระเจ้า): ลักษณะของพระรามเป็นตัวแทนของแขนขานี้อีกครั้ง เนื่องจากเขาเชื่อกันว่าได้บรรลุสภาวะความเป็นหนึ่งเดียวกับพระเจ้าโดยการใช้ชีวิตที่มีคุณธรรมและความจงรักภักดีที่สมบูรณ์แบบ การเดินทาง การทดลอง และชัยชนะในท้ายที่สุดของเขาเป็นตัวแทนเส้นทางสู่การตระหนักรู้ทางจิตวิญญาณและการรวมกันเป็นหนึ่ง

การตีความรามเกียรติ์ในวิถีโยคะ

การปฏิบัติหลายอย่างที่เกี่ยวข้องกับแขนขาเหล่านี้สามารถสังเกตได้จากพฤติกรรมและการกระทำของตัวละครในเรื่องรามเกียรติ์ ต่อไปนี้คือตัวอย่างบางส่วนที่จะตีความด้วยวิธีโยคี:

ชีวิตของพระรามเป็นเรื่องเกี่ยวกับความเจ็บปวดและความทุกข์ทรมาน แต่ในการทดสอบและช่วงเวลาที่ยากลำบากนี้ พระรามทรงรักษาสมดุลและดำเนินชีวิตอย่างมีคุณธรรมโดยไม่ประนีประนอมกับหลักการและคุณค่าของชีวิต

การกระทำของพระบาทสมเด็จพระมงกุฎเกล้าเจ้าอยู่หัวเป็นการปฏิบัติหน้าที่และความรับผิดชอบต่อผู้อื่น แม้ว่าชีวิตจะเห็นแก่ตัวและไม่เห็นแก่ตัว แต่เขาก็ยังมีความสุขและสงบสุขอยู่ทุกขณะ

Raavan เป็นโยคีโบราณที่แท้จริง แต่เนื่องจากความผันผวนของความคิด จิตใจ และอัตตา เขาจึงพ่ายแพ้ต่อพระรามซึ่งติดตามแขนขาของโยคะแม้ในช่วงเวลาที่ยากลำบาก

มา ตีความรามเกียรติ์และเรียนรู้บทเรียนที่ว่ามนุษย์ทุกคนเป็นพระราม (ดี) และราวาน (ชั่ว) โดยกำเนิด ถ้าเราฆ่าฝ่ายราวานในตัวเราด้วยการฝึกโยคะทั้ง 8 ข้างและดำเนินชีวิตอย่างมีจริยธรรม เราก็จะเปลี่ยนเป็นฝ่ายรามและบรรลุสภาวะสมาธิ

โยคะในมหาภารตะ

เรื่องจริงที่สำคัญมากอีกเรื่องหนึ่งสำหรับศาสตร์แห่งโยคะคือมหาภารตะ เป็นเรื่องราวของพระกฤษณะซึ่งมีชีวิตอยู่เมื่อประมาณ 5,000 ปีก่อน มหาภารตะเขียนโดยปราชญ์วยาสะ เป็นหนึ่งในบทกวีมหากาพย์ที่เป็นที่รู้จักยาวนานที่สุดบทหนึ่ง ประกอบด้วยบทกลอนมากกว่า 200,000 ท่อน และตั้งอยู่ในทวาพารายูกะ เป็นเรื่องราวของสองตระกูลคือปาณฑพและเการพัส ซึ่งในสงครามกุรุกเศตราต่อสู้เพื่อชิงบัลลังก์แห่งหัสตินาปุระ

แปดแขนขาของโยคะในมหาภารตะ

ในมหาภารตะ กล่าวถึงหัวข้อต่างๆ ของโยคะ เช่น ศาสนา ปรัชญา ความยุติธรรม นิสัย ประเพณี กษัตริย์และอาณาจักรของพวกเขา ตลอดจนปราชญ์และผู้ทำนายที่มีสติปัญญาอันไม่มีที่สิ้นสุด เรามาดูความสำคัญของโยคะในมุมมองของมหาภารตะกันดีกว่า

- ยามะ (ความยับยั้งชั่งใจ): พระกฤษณะทรงแนะนำให้อรชุนใช้การควบคุมตนเองและความยับยั้งชั่งใจเมื่อเผชิญกับศัตรูของเขา พวกเการพ โดยเฉพาะทุรโยธนะ มักกระทำการที่ผิดจรรยาบรรณ ในขณะที่พวกปาณฑพ นำโดยยุธิษฐิระ พยายามที่จะปฏิบัติตามหลักธรรม
- นิยามะ (การปฏิบัติ): พวกปาณฑพแสดงความทุ่มเทในการฝึกยิงธนูและการต่อสู้ ชาวเการพถูกมองว่าเป็นคนตามใจมากกว่า โดยเฉพาะอย่างยิ่งในเรื่องอาหารและเครื่องดื่มที่มากเกินไป
- อาสนะ (ท่าทาง): ทั้งเการพและปาณฑพเป็นนักรบที่มีทักษะโดยเน้นที่ความแข็งแกร่งและความคล่องตัวทางกายภาพ
- ปราณยามะ (การควบคุมลมหายใจ): ทั้งเการพและปาณฑพแสดงให้เห็นว่าสามารถควบคุมลมหายใจได้ โดยเฉพาะในระหว่างการต่อสู้และสถานการณ์ที่ต้องใช้กำลังกายอื่นๆ
- ปราตยาหะระ (การถอนความรู้สึก): พวกปาณฑพ โดยเฉพาะอรชุน สามารถถอนประสาทสัมผัสและมุ่งความสนใจไปที่เป้าหมายของตนได้ ในขณะที่พวกเการพมักถูกเบี่ยงเบนความสนใจจากความปรารถนาส่วนตัวของตน
- ธารานา (สมาธิ): ทั้งเการพและปาณฑพมีระดับสมาธิและสมาธิที่แตกต่างกัน โดยเฉพาะอย่างยิ่งในระหว่างการต่อสู้และสถานการณ์ที่มีเดิมพันสูงอื่นๆ
- ธยานะ (การทำสมาธิ): พวกปาณฑพ โดยเฉพาะยุธิษฐิระและอรชุน ถูกมองว่ามีการปฏิบัติทางจิตวิญญาณที่แข็งแกร่งซึ่งรวมถึงการทำสมาธิและการสวดมนต์ ในทางกลับกัน พวกเการพัสแสดงให้เห็นว่าให้ความสำคัญกับการแสวงหาทางโลกและความมั่งคั่งทางวัตถุมากกว่า
- สมาธิ (การรวมตัวกับพระเจ้า): พวกปาณฑพ โดยเฉพาะอรชุน แสดงให้เห็นว่าได้บรรลุสภาวะความเป็นหนึ่งเดียวกับพระเจ้าผ่านการปฏิบัติทางจิตวิญญาณและการอุทิศตนต่อพระกฤษณะ ในทางกลับกัน Kauravas แสดงให้เห็นว่ามุ่งเน้นไปที่อำนาจของอาณาจักรมากกว่าโดยเน้นที่การแสวงหาจิตวิญญาณเพียงเล็กน้อย

การตีความมหาภารตะในวิถีโยคี

โยคะทั้งแปดแขนงไม่ได้กล่าวถึงอย่างชัดเจนในมหาภารตะ หลักการและแนวทางปฏิบัติหลายประการที่เกี่ยวข้องกับแขนขาเหล่านี้สามารถสังเกตได้จากพฤติกรรมและการกระทำของตัวละครในเรื่อง นี่คือการตีความบางส่วน:

- แม้ว่าปาณฑพและเการพสจะเป็นลูกพี่ลูกน้องที่มีความสามารถทั้งสองด้าน แต่ปาณฑพก็ดำเนินตามแนวทางของโยคะ พระกฤษณะผู้เป็นปรมาจารย์โยคะผู้ยิ่งใหญ่ทรงนำทางอรชุนตลอดช่วงสงคราม
- เการพและกรรณะเป็นนักรบที่ยิ่งใหญ่ และเนื่องจากความไม่สมดุลในความคิด อัตตา และความคิด พวกเขาจึงพ่ายแพ้ในการต่อสู้
- ลองตีความมหาภารตะและเรียนรู้บทเรียนว่าเราเป็นปาณฑพ (ดี) และเการพ (เลว) โดยกำเนิด และตัวละครแต่ละตัวคืออารมณ์ภายในตัวเรา เราจำเป็นต้องจัดการกับความคิด จิตใจ นิสัยที่ดีต่อสุขภาพ การออกกำลังกาย การทำสมาธิ เพื่อน ศัตรู ครู ครอบครัว และอื่นๆ อีกมากมาย เพื่อมีชีวิตที่สมดุล

โยคะในภควัทคีตา

ภควัทคีตาหรือที่เรียกว่า "บทเพลงของพระเจ้า" ประกอบด้วยบทเพลงหรือสโลคัส 700 บท และเป็นส่วนหนึ่งของมหาภารตะ อยู่ในรูปแบบของบทสนทนาระหว่างอรชุนและพระกฤษณะ ซึ่งเกิดขึ้นในสมรภูมิคุรุคเชตรา สอนว่าจิตวิญญาณเป็นอมตะ และเราควรเป็นอิสระจากวงล้อแห่งการเกิดและการตาย ข้อความประกอบด้วย 18 บทซึ่งเน้นความสำคัญของภักติโยคะ กรรมโยคะ ราชาโยคะ และกานานาโยคะ การฝึกโยคะช่วยขจัดรอยประทับบาป ซึ่งจำเป็นอย่างยิ่งสำหรับการตระหนักรู้ถึงตัวตนที่สูงส่งและพระเจ้า

การหันจิตใจเข้าด้านใน ละทิ้งเสน่ห์ของวัตถุภายนอก ซึ่งยังคงมุ่งความสนใจไปที่ความจริงอันสมบูรณ์และปูทางไปสู่ปัญญาทางจิตวิญญาณ เทียบได้กับท่าทางที่เต่าดึงตัวเองเข้าหากระดอง วิธีแสวงหา Gnana โดยคำนึงถึงจักระ Agna ได้ถูกกล่าวถึงในข้อ 27 และ 28 ของบทที่ 5

ในบทที่หกของภควัทคีตา พระกฤษณะอธิบายกระบวนการของอัษฎางคโยคะหรือการทำสมาธิ ซึ่งเป็นวิธีหนึ่งในการควบคุมจิตใจและประสาทสัมผัส แนะนำให้ผู้ฝึกนั่งอย่างมั่นคงบนที่นอนที่ปูด้วยผ้า หนังกวาง หรือหญ้าระหว่างการทำสมาธิ จิตจะถูกถอนออกจากอวัยวะรับความรู้สึกและมุ่งความสนใจไปที่ ร่างกาย ศีรษะ และคอ ควรอยู่ในแนวที่ไม่มีการเคลื่อนไหวใดๆ ดวงตาควรจดจ่ออยู่ที่ปลายจมูกและจิตใจ ปราศจากความคิด และมั่นคง เหมือนเปลวไฟจากตะเกียงในห้องที่ไม่มีหน้าต่าง และนั่งสมาธิที่อัญญาจักระเพื่อตระหนักถึงเทพเจ้า ผู้ที่ควบคุมนิสัยการกิน การนอน นันทนาการ

และการทำงานสามารถบรรเทาความเจ็บปวดทางวัตถุทั้งหมดได้ด้วยการฝึกระบบโยคะ และให้อิสระแก่ความปรารถนาทางวัตถุทั้งหมด เพื่อที่เราจะได้บรรลุสภาวะสมาธิ

ในบทที่ 8 กล่าวถึงพลังแห่งโอมมันตรา หลับตาและตั้งจิตไว้ที่หัวใจและอากาศแห่งชีวิตอยู่บนศีรษะ บุคคลนั้นตั้งตนในการฝึกโยคะและสั่นพยางค์ศักดิ์สิทธิ์ โอม ซึ่งเป็นการรวมตัวอักษรสูงสุด ถ้าใครนึกถึงบุคลิกภาพสูงสุดแห่งพระผู้เป็นเจ้าสามพระองค์และละกายของตนแล้วย่อมบรรลุถึงสัจธรรมอันเป็นที่สุดอย่างแน่นอน เผยให้เห็นถึงความสำคัญของการยก Kundalini จาก Mooladhara ไปสู่จักระสหัสราระผ่านการสวดมนต์ของ Om และมีการกล่าวถึงในข้อ 12 และ 13

แปดแขนขาของโยคะในภควัทคีตา

ภควัทคีตา ซึ่งเป็นส่วนหนึ่งของมหาภารตะ ให้คำอธิบายที่ครอบคลุมเกี่ยวกับแขนทั้ง 8 ของโยคะ ตามที่อธิบายไว้ในสูตรโยคะของปตัญชลี
ต่อไปนี้เป็นภาพรวมโดยย่อเกี่ยวกับวิธีการอธิบายแต่ละแขนขาในภควัทคีตา:

o ยามะ (แนวทางด้านจริยธรรม):
พระกฤษณะแนะนำให้อรชุนปฏิบัติยามะโดยละเว้นจากกิจกรรมที่เป็นอันตราย เช่น ความรุนแรงและความไม่ซื่อสัตย์

o นิยามะ (ความมีวินัยในตนเอง):
พระกฤษณะแนะนำให้อรชุนปฏิบัตินิยามะโดยการปลูกฝังคุณธรรมต่างๆ เช่น ความบริสุทธิ์ การควบคุมตนเอง และการอุทิศตนต่อพระเจ้า

o อาสนะ (อิริยาบถ):
พระกฤษณะทรงอภิปรายถึงความสำคัญของการนั่งในท่าที่มั่นคงและสบายเพื่อฝึกสมาธิ

o ปราณายามะ (การควบคุมลมหายใจ):
พระกฤษณะแนะนำให้อรชุนฝึกปราณายามะเพื่อสงบจิตใจและมุ่งความสนใจไปที่จิตสำนึก

o ปรตยาหะระ (ถอนประสาทสัมผัส):
พระกฤษณะแนะนำให้อรชุนฝึกปรตยาหะระโดยหันประสาทสัมผัสของเขาให้ห่างจากสิ่งรบกวนจากโลกภายนอก และมุ่งความสนใจไปที่ตัวตนภายใน

o ธารานา (สมาธิ):
พระกฤษณะแนะนำให้อรชุนปฏิบัติธรรมธารานาโดยตั้งจิตใจไว้ที่พระฉายาของพระเจ้าและใคร่ครวญถึงคุณสมบัติอันศักดิ์สิทธิ์ของพระองค์

○ ธยานะ (การทำสมาธิ): พระกฤษณะทรงแนะนำให้อรชุนปฏิบัติธรรมธยานะโดยการนั่งสมาธิตามพระฉายาลักษณ์อันศักดิ์สิทธิ์ของพระเจ้า และเข้าสู่สภาวะแห่งการรวมเป็นหนึ่งเดียวกับพระองค์

○ สมาธิ (การรวมตัวกับพระเจ้า): เป้าหมายสูงสุดของโยคะคือการบรรลุความเป็นหนึ่งเดียวกับพระเจ้าหรือสมาธิ พระกฤษณะอธิบายว่าสมาธิคือสภาวะของการดูดซึมโดยสมบูรณ์ในพระเจ้า ซึ่งตัวตนของปัจเจกบุคคลจะผสานเข้ากับจิตสำนึกสากล เขาแนะนำให้อรชุนพยายามต่อสู้เพื่อให้สถานะแห่งความสามัคคีนี้เป็นเป้าหมายสูงสุดของการปฏิบัติทางจิตวิญญาณของเขา

เราได้เห็นหลักการของโยคะเพื่อให้เกิดแนวคิดพื้นฐานของโยคะปตัญชลี รามเกียรติ์ มหาภารตะ และภควัทคีตา เพื่อให้ทุกคนเข้าใจว่าโยคะอัษฎางคโยคะทั้งแปดแขนงมีการปฏิบัติอย่างไรในอินเดียโบราณ เราต้องเข้าใจว่าโยคะไม่ได้เป็นเพียงเกี่ยวกับอาสนะ ปราณยามะ และธยานะเท่านั้น หนังสือโบราณยังแนะนำว่าการดูแลตัวเองเป็นสิ่งจำเป็น และหากเราไม่ทำเช่นนั้นก็จะนำไปสู่การทำลายล้างของเราเอง เป็นศาสตร์แห่งการบูรณาการร่างกาย จิตใจ และจิตวิญญาณ แนวคิดพื้นฐานเหล่านี้จะช่วยให้ผู้อ่านเข้าใจบทที่กำลังจะมาถึงในหนังสือ

พลังแห่งซามูไร

ข้อมูลเบื้องต้นเกี่ยวกับนักรบซามูไร

ซามูไรเป็นวรรณะนักรบของญี่ปุ่นที่จัดให้มีชนชั้นสูงด้านการบริหารและการต่อสู้ตั้งแต่ศตวรรษที่ 11 ถึง 19 และมีบทบาทสำคัญในประวัติศาสตร์และวัฒนธรรมของประเทศ พวกเขาปฏิบัติตามจรรยาบรรณที่เข้มงวดที่เรียกว่าบูชิโด ซึ่งเป็นคำภาษาญี่ปุ่นที่แปลว่า "วิถีแห่งนักรบ" อย่างแท้จริง

พวกเขามีบทบาทสำคัญในประวัติศาสตร์ญี่ปุ่นในการกำหนดรูปแบบการทหารและภูมิทัศน์ทางการเมืองของประเทศของตน ตามหลักจรรยาบรรณซึ่งมีหลักการที่เข้มงวด ภักดีต่อลอร์ด และปกป้องลอร์ด

นักรบซามูไรเก่งในด้านศิลปะการต่อสู้ ยิงธนู ขี่ม้า ว่ายน้ำ และฟันดาบ และพวกเขามีทักษะในศิลปะแห่งสงครามและกลยุทธ์

พวกเขาเป็นนักรบที่น่าเกรงขามซึ่งไม่สามารถเอาชนะได้ในการต่อสู้ พวกเขามีชื่อเสียงในด้านสไตล์ ความสง่างาม และความสง่างาม พวกเขาได้รับการฝึกอบรมด้านบทกวี สวนหิน ภาพวาดหมึกขาวดำ การประดิษฐ์ตัวอักษร วรรณกรรม พิธีชงชา และการจัดดอกไม้ ซึ่งสะท้อนให้เห็นวิถีชีวิตของพวกเขา พวกเขาได้รับการศึกษาอย่างดีในสาขาวรรณกรรม ปรัชญา และศิลปะ

SAMURAI

ออนนา มูชา และอนนา บูเกอิชา

นักรบซามูไรไม่เพียงแต่เป็นผู้ชายเท่านั้น แต่ยังมีกลุ่มซามูไรหญิงที่น่าประทับใจอีกด้วย และพวกเขาก็มีพลัง ฉลาด และอันตรายเช่นเดียวกับนักรบชาย อนนะ-บูเกอิชา/มูชา (นักรบหญิง) เป็นนักรบซามูไรหญิงในญี่ปุ่นยุคก่อนสมัยใหม่ ผู้หญิงเหล่านี้ต่อสู้ในการต่อสู้ร่วมกับชายซามูไร อนนะมูชาเป็นสมาชิกชนชั้นบุชิ (นักรบ) ในระบบศักดินาญี่ปุ่น และได้รับการฝึกให้ใช้อาวุธเพื่อปกป้องครัวเรือน ครอบครัว และเกียรติยศในช่วงที่เกิดสงคราม ออนนะ-

บูเกชาจะปกป้องหมู่บ้านและเปิดโรงเรียนทั่วจักรวรรดิญี่ปุ่นเพื่อฝึกหญิงสาวในด้านศิลปะการต่อสู้และกลยุทธ์ทางการทหาร อนนา-บูเกอิชาหมายถึงนักสู้หญิงในการต่อสู้เชิงรับ ในขณะที่อนนา-มูชาหมายถึงนักสู้หญิงในการต่อสู้เชิงรุก

รหัสบูชิโด

ซามูไรเป็นนักรบที่อยู่ในชนชั้นสูงของสังคมญี่ปุ่นโบราณ และพวกเขาปฏิบัติตามหลักบูชิโดเพื่อดำเนินชีวิตอย่างมีจริยธรรม บูชิโดเป็นรหัสทางศีลธรรมที่เกี่ยวข้องกับทัศนคติ พฤติกรรม และวิถีชีวิตของซามูไร ซึ่งเป็นที่ยอมรับในสมัยเอโดะ มันเป็นหลักธรรมและศีลธรรมที่ไม่ได้เขียนไว้สำหรับชนชั้นนักรบ จุดสนใจหลักของบูชิโดคือการสอนให้นักรบซามูไรรู้จักการควบคุมตนเองโดยปฏิบัติตามบรรทัดฐานทางจริยธรรมที่เฉพาะเจาะจง คุณค่าของชีวิตตามหลักปฏิบัติบูชิโดเกี่ยวข้องกับการที่นักรบรักษาเกียรติยศ ความภักดี และการแสดงความเห็นอกเห็นใจต่อผู้อื่น เป็นแนวทางให้ซามูไรใช้ชีวิตตั้งแต่เกิดจนตาย คุณธรรมแปดประการของบูชิโดตามที่นิโตเบะ อินาโซกล่าวไว้ด้านล่าง

1. ความยุติธรรม (Gi)
2. ความกล้า (ยู)
3. ความเมตตา (จิน)
4. ขอแสดงความนับถือ (เรย์)
5. ความซื่อสัตย์ (มาโกโตะ)
6. เกียรติยศ (เมโย)
7. ความภักดี (ชู)
8. การควบคุมตนเอง (จิเซย์)

ความมุ่งมั่นอันแน่วแน่ของซามูไรต่อหลักการเหล่านี้ไม่เพียงแต่หล่อหลอมลักษณะเฉพาะตัวของพวกเขาเท่านั้น แต่ยังมีอิทธิพลต่อโครงสร้างของสังคมญี่ปุ่นอีกด้วย ประกอบด้วยหลักการและค่านิยมที่หล่อหลอมพฤติกรรม ความคิด และวิถีชีวิตของซามูไร

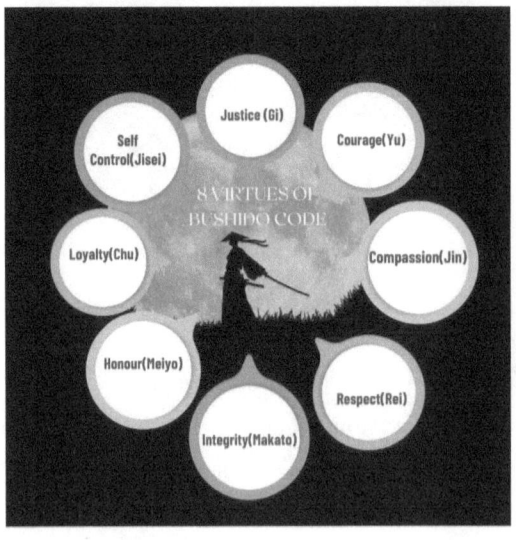

อาวุธที่ซามูไรใช้

อาวุธของนักรบซามูไร ซึ่งเป็นบุคคลในตำนานในประวัติศาสตร์ญี่ปุ่น ไม่เพียงแต่เป็นเครื่องมือในการต่อสู้เท่านั้น แต่ยังเป็นสัญลักษณ์ของเกียรติยศ ทักษะ และความภักดีอันแน่วแน่ของพวกเขาอีกด้วย อาวุธเหล่านี้สร้างขึ้นอย่างพิถีพิถันและใช้อย่างชำนาญ

มีบทบาทสำคัญในการสร้างรูปแบบการต่อสู้ ความกล้าหาญและเอกลักษณ์ของซามูไร

ฉัน. คาทานา: สัญลักษณ์ของอัตลักษณ์ซามูไร

คาทาน่า ซึ่งเป็นดาบคมเดียวแบบโค้ง เป็นตัวอย่างที่ดีของอาวุธของนักรบซามูไร คาทาน่ามีชื่อเสียงในด้านความคมและความสมดุลอันโดดเด่น ถือเป็นรูปลักษณ์แห่งจิตวิญญาณของซามูไร คาทาน่าถูกหลอมด้วยกระบวนการอันพิถีพิถันซึ่งเกี่ยวข้องกับเหล็กหลายชั้น ซึ่งมีทั้งความสวยงามและประสิทธิภาพที่อันตรายถึงชีวิต การออกแบบทำให้โจมตีได้รวดเร็วและแม่นยำ และกลายเป็นสัญลักษณ์ของความกล้าหาญในการต่อสู้ของซามูไรและการอุทิศตนอย่างแน่วแน่ต่อเจ้านายของพวกเขา

ครั้งที่สอง วากิซาชิ: ดาบคู่หู

วากิซาชิ ซึ่งเป็นดาบสั้นที่มีดีไซน์คล้ายกับคาตานะ ทำหน้าที่เป็นอาวุธสำรองของซามูไร วากิซาชิซึ่งสวมใส่ควบคู่ไปกับคาตานะเป็นสัญลักษณ์ของสถานะทางสังคมของซามูไรและความพร้อมที่จะออกรบ ไม่เพียงแต่ใช้สำหรับการต่อสู้ระยะประชิดเท่านั้น

แต่ยังใช้เพื่อวัตถุประสงค์ในพิธีการอีกด้วย ซึ่งแสดงถึงความมุ่งมั่นของซามูไรที่มีต่อบูชิโด ซึ่งเป็นหลักจรรยาบรรณที่ควบคุมชีวิตของพวกเขา

สาม. THE YUMI: เชี่ยวชาญธนู

ยูมิ ซึ่งเป็นธนูแบบดั้งเดิมของญี่ปุ่น เป็นอาวุธสำคัญในคลังแสงของซามูไร ความสามารถในการยิงธนูของซามูไรเป็นข้อพิสูจน์ถึงทักษะ ความแม่นยำ และความสามารถในการโจมตีจากระยะไกล โดยทั่วไปแล้ว Yumi จะทำมาจากไม้ไผ่ ไม้ และเส้นเอ็นของสัตว์ ซึ่งต้องใช้เวลาฝึกฝนหลายปีจึงจะชำนาญ การยิงธนูมีบทบาทสำคัญในการทำสงคราม การล่าสัตว์ และพิธีกรรม ซึ่งแสดงให้เห็นถึงความเก่งกาจและระเบียบวินัยของซามูไร

IV. THE NAGINATA: ขั้วโลกแห่งความอเนกประสงค์

นางินาตะ ซึ่งเป็นอาวุธขั้วโลกที่มีใบมีดโค้ง เป็นอาวุธที่น่าเกรงขามซึ่งนักรบซามูไรใช้ โดยเฉพาะอย่างยิ่งโดยผู้หญิงที่เป็นคู่หูของซามูไร อนนะ-บูเกชะ ระยะโจมตีที่ยาวและความคล่องตัวทำให้สามารถป้องกันทหารม้าและทหารราบได้อย่างมีประสิทธิภาพ นางินาตะซึ่งมักประดับด้วยการออกแบบที่สลับซับซ้อน แสดงให้เห็นถึงความรู้สึกอ่อนไหวด้านสุนทรียะของซามูไรในขณะเดียวกันก็มอบอาวุธอันทรงพลังเพื่อใช้ในการต่อสู้

วี. อาวุธและเครื่องมืออื่นๆ

นอกจากคาตานะ วากิซาชิ ยูมิ และนางินาตะแล้ว นักรบซามูไรยังใช้อาวุธและเครื่องมืออื่นๆ อีกด้วย สิ่งเหล่านี้รวมถึงทันโตะ (กริชที่ใช้สำหรับการต่อสู้ระยะประชิด) ทาชิ (ดาบยาวที่ทหารม้ามักใช้) ยาริ (หอก) และชูริเคน (ดาวขว้างปา) อาวุธแต่ละชิ้นมีวัตถุประสงค์เฉพาะตัวและจำเป็นต้องได้รับการฝึกอบรมพิเศษจึงจะเชี่ยวชาญ

ศาสนาในชีวิตของนักรบผู้สูงศักดิ์ของญี่ปุ่น

ศาสนามีบทบาทสำคัญในการกำหนดความเชื่อ ค่านิยม และชีวิตประจำวันตามมาด้วยซามูไร โดยมุ่งเน้นไปที่อิทธิพลทางจิตวิญญาณที่โดดเด่นสองประการ ได้แก่ พุทธศาสนานิกายเซนและศาสนาชินโต ด้วยประเพณีทางศาสนาเหล่านี้ ซามูไรแสวงหาการนำทาง

ความเข้มแข็งจากภายใน และการตรัสรู้ โดยสร้างสมดุลระหว่างหน้าที่ของตนในฐานะนักรบกับการแสวงหาการตรัสรู้ทางจิตวิญญาณ

ฉัน. พุทธศาสนาแบบเซน: เส้นทางแห่งการทำสมาธิและการสะท้อนภายใน

พระโพธิธรรมเป็นพระภิกษุชาวอินเดีย ได้รับการยกย่องว่าเป็นพระสังฆราชองค์ที่ 28 ในสายเลือดของพุทธศาสนานิกายเซน เขาเดินทางจากอินเดียไปยังประเทศจีนในช่วงคริสตศตวรรษที่ 5 หรือ 6 โดยนำคำสอนของธยานะ (การทำสมาธิ) และพุทธศาสนามหายานติดตัวไปด้วย การที่พระโพธิธรรมเน้นไปที่ประสบการณ์ตรง การไตร่ตรองภายใน และการบรรลุการตรัสรู้ผ่านการทำสมาธิ กลายเป็นรากฐานของสิ่งที่จะพัฒนาเป็นพุทธศาสนานิกายเซนในเวลาต่อมา

พุทธศาสนานิกายเซนซึ่งเข้ามาสู่ญี่ปุ่นในศตวรรษที่ 12 มีผลกระทบอย่างลึกซึ้งต่อทัศนคติทางจิตวิญญาณของซามูไร เซนเน้นย้ำถึงประสบการณ์ตรงและการทำสมาธิเพื่อเป็นหนทางในการตรัสรู้ ซามูไรยอมรับคำสอนของเซน โดยเน้นไปที่วินัย การไตร่ตรองตนเอง และความไม่เที่ยงของชีวิต การทำสมาธิแบบเซน (ซาเซ็น) ช่วยให้ซามูไรมีวิธีปลูกฝังสมาธิ ความชัดเจนของจิตใจ และความรู้สึกหลุดลอย ทำให้พวกเขาเผชิญกับความไม่แน่นอนของการต่อสู้และความตายได้อย่างสงบ

คำสอนของพระโพธิธรรมมีผลกระทบต่อการรับรู้ของซามูไรเกี่ยวกับตนเอง ธรรมชาติของความเป็นจริง และการแสวงหาการตรัสรู้ แนวคิดเซนเรื่อง "ไม่มีจิตใจ" (มูชิน) โดดเด่นด้วยสภาวะของการรับรู้ที่ไม่วอกแวกและการกระทำที่เกิดขึ้นเอง สอดคล้องกับอุดมคติของซามูไรในการก้าวข้ามความกลัว ความลังเล และอัตตาท่ามกลางการต่อสู้ การฝึกฝนการปรากฏตัวและความสงบภายในกลายเป็นส่วนสำคัญในการฝึกฝนและวิถีชีวิตของซามูไร

หลักจรรยาบรรณของซามูไร บูชิโด มีความเกี่ยวพันอย่างลึกซึ้งกับพุทธศาสนานิกายเซน บูชิโดเน้นย้ำถึงคุณธรรมทางศีลธรรม เช่น ความภักดี เกียรติยศ และการมีวินัยในตนเอง คำสอนของเซนซึ่งเน้นเรื่องสติและการควบคุมตนเอง ตอกย้ำคุณค่าเหล่านี้ในชีวิตประจำวันของซามูไร เซนได้วางกรอบปรัชญาไว้สำหรับซามูไรในการรับมือกับปัญหาทางศีลธรรมอันซับซ้อนที่พวกเขาเผชิ ญ โดยมุ่งมั่นในการประพฤติตนตามหลักจริยธรรมและการพัฒนาตนเอง

ครั้งที่สอง ศาสนาชินโต: การบูชาบรรพบุรุษและการเคารพต่อธรรมชาติ

ศาสนาชินโตซึ่งเป็นศาสนาพื้นเมืองของญี่ปุ่นก็มีความสำคัญอย่างยิ่งสำหรับซามูไรเช่นกัน ศาสนาชินโตมีรากฐานมาจากการเคารพบูชาวิญญาณบรรพบุรุษและการบูชาเทพเจ้าตามธรรมชาติ ทำให้ซามูไรมีความเชื่อมโยงทางจิตวิญญาณกับเชื้อสายและผืนดินของพวกเขา พิธีกรรมชินโต เช่น พิธีชำระล้างและการเซ่นไหว้ เป็นส่วนสำคัญของชีวิตของซามูไร ซึ่งรับประกันการปกป้องทางจิตวิญญาณและพรอันศักดิ์สิทธิ์

ซามูไรเคารพธรรมชาติและแสวงหาความสามัคคีกับโลกรอบตัว โดยตระหนักถึงความเชื่อมโยงระหว่างกันของสิ่งมีชีวิตทั้งหมด พวกเขาเชื่อว่าเทพเจ้าและธรรมชาติสามารถเข้ามาแทรกแซงในความโปรดปรานของพวกเขาในช่วงเวลาแห่งความขัดแย้ง ปกป้องพวกเขาและให้ชัยชนะ ซามูไรถือว่าความสำเร็จและความอยู่รอดในสนามรบเป็นการเสริมสร้างความรู้สึกขอบคุณและความทุ่มเทอย่างลึกซึ้ง

สาม. สังเคราะห์ของเซน พุทธศาสนา และศาสนาชินโต

แทนที่จะมองว่าศาสนาพุทธนิกายเซนและศาสนาชินโตแยกจากกัน ซามูไรกลับตอบรับการสังเคราะห์ประเพณีทางศาสนาทั้งสองนี้ พวกเขาพบความกลมกลืนในการอยู่ร่วมกัน โดยเน้นที่เซนในเรื่องวินัยในตนเองและการไตร่ตรองภายในกับความเคารพนับถือของลัทธิชินโตต่อธรรมชาติและวิญญาณของบรรพบุรุษ ซามูไรพยายามสร้างสมดุลระหว่างความสงบของการทำสมาธิกับหน้าที่อันศักดิ์สิทธิ์ในการปกป้องเจ้านายและดินแดนของพวกเขา

การปฏิบัติทางจิตวิญญาณที่ซามูไรปฏิบัติตามได้ทิ้งมรดกที่ยั่งยืน ไม่เพียงแต่กำหนดชีวิตของพวกเขาเท่านั้น แต่ยังรวมถึงภูมิทัศน์ทางวัฒนธรรมและศิลปะในวงกว้างของญี่ปุ่นด้วย การผสมผสานระหว่างพุทธศาสนานิกายเซนและศาสนาชินโตมีอิทธิพลต่อวัฒนธรรมซามูไรในด้านต่างๆ รวมถึงพิธีชงชา ศิลปะการต่อสู้ และการแสดงออกทางศิลปะ เช่น บทกวีและการประดิษฐ์ตัวอักษร การปฏิบัติทางศาสนาเหล่านี้หล่อหลอมหลักจรรยาบรรณ มอบการปลอบใจทางจิตวิญญาณ และทิ้งร่องรอยอันลบเลือนไว้ในวัฒนธรรมญี่ปุ่น

รหัส BUSHIDO ในไลฟ์สไตล์ปัจจุบัน

เรามีความยากลำบากในชีวิตมากมายเนื่องจากตารางงานที่ยุ่ง งานดึก ภาระงานหนักในช่วงสุดสัปดาห์
ความไม่สมดุลในอาชีพและชีวิตส่วนตัว ปัญหาเงิน ปัญหาสุขภาพ และอื่นๆ
แต่รหัสบูชิโดสามารถนำไปใช้กับสถานการณ์ไลฟ์สไตล์ในปัจจุบันได้
เพราะเราคือนักรบแห่งชีวิตของเราเอง นักรบซามูไรเก่งมากในการฝึกการต่อสู้และการต่อสู้
และสามารถจัดการชีวิตได้ดีเนื่องจากความประพฤติและพฤติกรรมในชีวิตประจำวัน
มาดูกันว่าเราจะนำโค้ดบูชิโดไปประยุกต์ใช้ในชีวิตสมัยใหม่ได้อย่างไร
และจะช่วยให้ทุกคนเปลี่ยนจากชีวิตที่เครียดไปสู่ชีวิตที่อุดมสมบูรณ์ได้อย่างไร

- ความสำคัญของ Mindset
- ปรับสมดุลความแข็งแกร่งภายใน
- การเรียนรู้ทักษะใหม่ๆ
- การปรับปรุงตนเอง
- ตระหนักถึงจุดแข็งและจุดอ่อนของตน
- รักษาทัศนคติเชิงบวก
- เป็นคนน่าเชื่อถือ
- เต็มใจที่จะเสี่ยง
- ความสามารถในการจัดการและควบคุมอารมณ์
- สร้างแรงบันดาลใจให้ผู้อื่นมีความกล้า
- เผชิญกับความท้าทายใหม่ๆ
- เอาชนะความกลัว
- ปรับให้เข้ากับสถานการณ์ใหม่ๆ
- เคารพผู้อาวุโส สหายสหาย และศัตรู

ตอนนี้เราจะมาพูดถึงคุณธรรมแปดประการของหลักปฏิบัติบูชิโดที่ตามมาด้วยนักรบซามูไร
เรามีปัญหาที่ต้องจัดการทุกวัน เราเริ่มต้นและสิ้นสุดวันของเราด้วยวิธีที่เครียด
แต่นักรบซามูไรมักจะปฏิบัติตามหลักจรรยาบรรณของบูชิโด
และให้คำแนะนำเกี่ยวกับวิธีการปฏิบัติตนในชีวิตส่วนตัวและอาชีพการงาน
หากต้องการค้นหาชีวิตที่อุดมสมบูรณ์ คุณต้องเดินทางโดยที่ร่างกายแข็งแรง มีสมดุลทางจิตใจ
และตื่นเต้นทางจิตวิญญาณ ตอนนี้เราจะมาดูกันว่าซามูไรนำโค้ดบูชิโดไปใช้ในชีวิตของพวกเขาอย่างไร
และรวมถึงเทคนิคที่ซามูไรใช้
เพื่อที่เราจะได้รู้ว่าเราจะนำสไตล์นี้ไปใช้ในชีวิตประจำวันโยคีของเราได้อย่างไร

ความยุติธรรม(Gi)

"เมื่อพูดถึงเรื่องความยุติธรรม อย่ามองไปรอบๆ มองในกระจก"

-ไมเคิล สตัทแมน

เราให้ความยุติธรรมกับตัวเราเองหรือไม่

o อะไรคือผลที่ตามมาจากการไม่ให้ความสำคัญกับความยุติธรรมต่อร่างกายและจิตใจของเราเอง และส่งผลต่อความเป็นอยู่โดยรวมของเราอย่างไร?

o การไม่มีความยุติธรรมต่อร่างกายและจิตใจของเรามีส่วนทำให้ละเลยตนเองและไม่คำนึงถึงความต้องการของเราในทางใดบ้าง

o การละเลยความยุติธรรมต่อร่างกายและจิตใจมีความเสี่ยงและอันตรายอย่างไร และส่งผลต่อสุขภาพกายและสุขภาพจิตของเราอย่างไร?

o การขาดความยุติธรรมต่อร่างกายและจิตใจของเราจะทำให้พฤติกรรมและรูปแบบการทำลายตนเองเกิดขึ้นได้อย่างไร?

o อะไรคือข้อจำกัดและความท้าทายในการบรรลุความยุติธรรมต่อร่างกายและจิตใจของเรา และเราจะเอาชนะมันได้อย่างไร?

o การขาดความยุติธรรมต่อร่างกายและจิตใจมีส่วนทำให้สุขภาพจิตพัฒนาและแย่ลงได้อย่างไร?

o อะไรคือความหมายของการไม่ให้ความยุติธรรมแก่ร่างกายและจิตใจของเราในแง่ของความภาคภูมิใจในตนเอง การเห็นคุณค่าในตนเอง และการดูแลตัวเองมีอะไรบ้าง

o การไม่คำนึงถึงความยุติธรรมเป็นอุปสรรคต่อความสามารถของเราในการรับรู้และตอบสนองความต้องการของเราเอง ทั้งทางร่างกายและอารมณ์อย่างไร

o อะไรคือผลที่ตามมาของการละเลยความยุติธรรมต่อร่างกายและจิตใจของเรา และส่งผลต่อคุณภาพชีวิตโดยรวมของเราอย่างไร?

o การขาดความยุติธรรมต่อร่างกายและจิตใจของเราสามารถนำไปสู่ความรู้สึกไม่พอใจ ความทุกข์ และความรู้สึกตัดขาดจากตัวเราเองได้อย่างไร?

ความยุติธรรมเป็นสิ่งจำเป็นสำหรับร่างกายและจิตใจของเราเอง
เนื่องจากสิ่งเหล่านี้เป็นส่วนสำคัญของความเป็นอยู่ที่ดีโดยรวมของเรา
การให้ความยุติธรรมแก่ร่างกายและจิตใจของเราเกี่ยวข้องกับการกระทำโดยเจตนาเพื่อจัดลำดับความสำคัญของความเป็นอยู่ที่ดี   ตอบสนองความต้องการของเรา
และรับประกันความยุติธรรมในการปฏิบัติต่อตัวเราเอง
เป็นกระบวนการต่อเนื่องที่ต้องอาศัยการตระหนักรู้ในตนเองและความเห็นอกเห็นใจในตนเอง

เป็นการเดินทางของการค้นพบตนเองและการดูแลตัวเองที่สามารถนำไปสู่ชีวิตที่กลมกลืนและเติมเต็มมากขึ้น มาดูกันว่าซามูไรใช้ความยุติธรรมในชีวิตประจำวันอย่างไร

ความยุติธรรม(Gi)

ความยุติธรรมเป็นส่วนสำคัญของความมุ่งมั่นของซามูไรในการรักษาระเบียบสังคม การส่งเสริมความยุติธรรม และการรักษาสวัสดิการส่วนรวมของสังคม ซามูไรเข้าใจว่าสังคมที่ยุติธรรมจำเป็นต้องมีการกระจายทรัพยากร โอกาส และสิทธิอย่างเท่าเทียมกัน พวกเขาเชื่อว่าการรักษาสมดุลนี้มีความสำคัญอย่างยิ่งต่อความมั่นคงทางสังคมและความเป็นอยู่โดยรวมของชุมชน ซามูไรพยายามที่จะแก้ไขความไม่สมดุล ส่งเสริมความยุติธรรม และให้แน่ใจว่าทุกคนได้รับการปฏิบัติอย่างมีศักดิ์ศรีและความเคารพผ่านการกระทำของพวกเขา

การแสวงหาความยุติธรรมเรียกร้องให้ซามูไรตัดสินใจและดำเนินการตามแนวทางของความชอบธรรมและความเป็นกลาง โดยไม่คำนึงถึงอคติส่วนบุคคลหรือแรงกดดันจากภายนอก ด้วยการยึดมั่นในจรรยาบรรณที่เข้มงวด ซามูไรมุ่งเป้าที่จะสร้างสภาพแวดล้อมที่ให้ความเป็นธรรมและการปฏิบัติที่เท่าเทียมกัน

ซามูไรมีบทบาทสำคัญในการแก้ไขข้อขัดแย้งและข้อพิพาทภายในชุมชนของตน พวกเขาทำหน้าที่เป็นคนกลางโดยพยายามฟื้นฟูความสามัคคีและแก้ไขข้อพิพาทด้วยสันติวิธีทุกครั้งที่เป็นไปได้ ความมุ่งมั่นของซามูไรต่อความยุติธรรมทำให้พวกเขาต้องพิจารณาทุกมุมมอง ชั่งน้ำหนักหลักฐานอย่างเป็นกลาง และตัดสินอย่างยุติธรรมและยุติธรรม ความสามารถในการแก้ไขข้อขัดแย้งด้วยสติปัญญาและความยุติธรรมส่งผลให้สังคมโดยรวมมีความมั่นคงและความเป็นอยู่ที่ดี

ความยุติธรรมในแบบซามูไร

ซามูไรตระหนักถึงพลังแห่งความเงียบในการรักษาความสงบภายในและความสงบ โดยเฉพาะอย่างยิ่งในช่วงเวลาแห่งความขัดแย้งหรือความตึงเครียดสูง พวกเขาสามารถควบคุมอารมณ์ หลีกเลี่ยงปฏิกิริยาหุนหันพลันแล่น และรับมือกับสถานการณ์ต่างๆ ด้วยจิตใจที่ชัดเจนและมีสมาธิโดยการนิ่งเงียบ

การควบคุมอารมณ์นี้ทำให้พวกเขาตัดสินใจได้อย่างเป็นกลางและยุติธรรมมากขึ้น โดยปราศจากอิทธิพลของความโกรธหรือความกระวนกระวายใจ

นักรบซามูไรรักษาทัศนคติที่ชอบธรรมและตัดสินใจอย่างใจเย็นเสมอ
พวกเขาอาจฆ่าผู้คนในระหว่างการต่อสู้
แต่พวกเขาจะไม่รบกวนผู้บริสุทธิ์ตามหลักจรรยาบรรณของพวกเขา

ความเงียบทำให้ซามูไรกลายเป็นผู้สังเกตการณ์ที่ชาญฉลาดและผู้ฟังที่เอาใจใส่
พวกเขาสามารถสังเกตสภาพแวดล้อมรอบตัว ศึกษาคู่ต่อสู้
และรวบรวมข้อมูลอันมีค่าได้โดยละเว้นการพูดที่ไม่จำเป็น
ความตระหนักรู้ที่เพิ่มขึ้นนี้ทำให้พวกเขาประเมินสถานการณ์ได้ดีขึ้น เข้าใจแรงจูงใจของผู้อื่น
และตัดสินอย่างมีข้อมูลครบถ้วน
ซึ่งทั้งหมดนี้มีความสำคัญอย่างยิ่งต่อการจ่ายความยุติธรรมอย่างมีประสิทธิภาพ

ลิงฉลาดสามตัว

ลิงฉลาดทั้งสามตัวเป็นคติพจน์ของญี่ปุ่น ซึ่งรวบรวมหลักการสุภาษิตที่ว่า "ไม่เห็นความชั่ว ไม่ได้ยินความชั่ว ไม่พูดชั่ว" ซามูไรในฐานะนักรบและผู้สนับสนุนหลักปฏิบัติบูชิโด มีอุดมคติบางอย่างที่สอดคล้องกับหลักการที่ลิงสามตัวเป็นสัญลักษณ์
แม้ว่าความเชื่อมโยงที่เฉพาะเจาะจงอาจเป็นการคาดเดา
แต่การสำรวจความสัมพันธ์ที่อาจเกิดขึ้นระหว่างซามูไรกับ Three Wise Monkeys
สามารถให้ความกระจ่างเกี่ยวกับค่านิยมร่วมกันของพวกเขาได้

☒ มิซารุผู้ไม่เห็นความชั่วร้ายกำลังปิดตาของเขา

ซามูไรได้รับการคาดหวังให้รักษาคุณธรรมและความชอบธรรม
พวกเขาพยายามรักษาความรู้สึกบริสุทธิ์และหลีกเลี่ยงการมีส่วนร่วมหรือสนับสนุนการกระทำที่ผิดศีลธรรม ลักษณะนิสัยของซามูไรในลักษณะนี้เทียบได้กับหลักการ "ไม่เห็นความชั่วร้าย"
ด้วยการเลือกอย่างมีสติที่จะไม่มีส่วนร่วมในการกระทำที่ไม่ยุติธรรมหรือไร้เกียรติ
ซามูไรมุ่งเป้าที่จะรักษาความยุติธรรมและรักษาจุดยืนทางศีลธรรมของตนเอง

☒ คิคาซารุ, WHO ได้ยิน เลขที่ ความชั่วร้ายปิดหูของเขา

ซามูไรให้ความสำคัญอย่างยิ่งต่อความสำคัญของความจริง ความซื่อสัตย์ และการประพฤติที่มีเกียรติ
พวกเขาถูกคาดหวังให้ใช้ดุลยพินิจในการพูด หลีกเลี่ยงการนินทา พูดเท็จ และใส่ร้าย

ความมุ่งมั่นในการสื่อสารที่ซื่อสัตย์นี้สอดคล้องกับหลักการ   "ไม่ได้ยินสิ่งชั่วร้าย" ซามูไรมีเป้าหมายที่จะส่งเสริมสภาพแวดล้อมแห่งความไว้วางใจและความยุติธรรมโดยการละเว้นจากการมีส่วนร่วมหรือเผยแพร่ข่าวลือที่เป็นอันตราย

☒   อิวาซารุ, WHO   พูด   เลขที่   ความชั่วร้ายปิดปากของเขา

ซามูไรผูกพันกับจรรยาบรรณที่เข้มงวดซึ่งเน้นย้ำถึงความสำคัญของพฤติกรรมที่มีระเบียบวินัยและการควบคุมตนเอง   พวกเขาถูกคาดหวังให้ควบคุมการกระทำและคำพูด โดยเฉพาะในช่วงเวลาแห่งความขัดแย้งหรือความตึงเครียด

การวินัยในตนเองและการหลีกเลี่ยงคำพูดที่เป็นอันตรายนี้   ชวนให้นึกถึงหลักการ   "ไม่พูดชั่ว" โดยการเลือกคำพูดอย่างระมัดระวังและละเว้นจากการพูดที่ไม่ซื่อสัตย์หรือคำพูดที่เป็นอันตราย ซามูไรมีเป้าหมายที่จะรักษาความสามัคคีและส่งเสริมความยุติธรรม

คำสาบานแห่งความเงียบงัน

กลยุทธ์ที่พระภิกษุชื่นชอบในการสร้างกำลังใจคือคำปฏิญาณแห่งความเงียบ พระภิกษุจำนวนมากยึดถือคำปฏิญาณแห่งความเงียบเป็นวิธีสงบจิตใจและฝึกพูดอย่างมีวิจารณญาณ "ความเงียบอันสูงส่ง"   นี้เกี่ยวข้องกับการนั่งสมาธิเป็นเวลาหลายชั่วโมงต่อวันหรือนานกว่านั้น

โดยไม่พูด ไม่เขียน และไม่อ่าน พระภิกษุในคณะต่างๆ มักงดเว้นการพูดระหว่างสวดมนต์เย็นกับสวดมนต์ตอนเช้า Vow of Silence เปรียบเสมือนการดีท็อกซ์จิตวิญญาณซึ่งช่วยในการชาร์จร่างกายและจิตใจ

ซามูไรเชื่อในการปลูกฝังความเงียบภายในด้วยการทำสมาธิและการวิปัสสนา พวกเขาตระหนักถึงความสำคัญของการทำจิตใจให้สงบและทำความคิดภายในให้สงบ เพื่อให้เกิดความชัดเจน มีสมาธิ และเพิ่มการรับรู้ ความเงียบภายในทำให้พวกเขามีสมาธิ สงบ และควบคุมอารมณ์ได้ ซึ่งเป็นสิ่งสำคัญสำหรับการตัดสินใจอย่างมีเหตุผล

แนวคิดเรื่องความเงียบแบบญี่ปุ่น

ในญี่ปุ่น ความเงียบหรือความสงบถือเป็นคุณธรรมที่มาจากสมัยซามูไร ในวัฒนธรรมญี่ปุ่น ความเงียบเป็นสัญลักษณ์ของความเคารพ และมักจะเกี่ยวข้องกับความจริง ตามหลักศาสนาพุทธนิกายเซน การตรัสรู้สามารถเข้าถึงได้ผ่านความเงียบเท่านั้น และคำสอนสามารถเข้าใจได้ด้วยการทำสมาธิและการไตร่ตรองอย่างเงียบๆ เท่านั้น แนวคิดเรื่องความเงียบนั้นรู้สึกได้อย่างลึกซึ้งในวัฒนธรรมญี่ปุ่นโดยพิจารณาสุภาษิตภาษาญี่ปุ่นที่กล่าวถึงด้านล่าง

- คิจิ โม โนคาซึบะ อุตะเรไม (ความเงียบทำให้คนปลอดภัย)
- โมโน อิบะ คุจิบิรุ ซามูชิ อากิ โนะ คาเซะ (เป็นการดีกว่าที่จะปล่อยให้หลาย ๆ เรื่องไม่ได้พูด)

ประโยชน์ของคำปฏิญาณแห่งความเงียบ

คุณสามารถกำจัดเมฆในสมองของคุณได้โดยใช้ความเงียบ เรามาดูประโยชน์หลักบางประการของคำปฏิญาณแห่งความเงียบกัน

- คุณสามารถฟังเสียงภายในของคุณได้
- ปรับปรุงความเข้มข้น
- เพิ่มความชัดเจนทางจิต
- มีสติและดูแลตัวเองมากขึ้น
- เพิ่มความตระหนักรู้ในตนเอง
- มีความเห็นอกเห็นใจต่อตนเอง
- พลังงานสามารถอนุรักษ์ได้จากร่างกายของคุณ
- ช่วยในการไตร่ตรองตนเอง

- ความสงบ ความผ่อนคลาย และความสงบภายในจิตใจ

พระพุทธเจ้าและเทศน์ดอกไม้

เรามาดูเรื่องราวอันโด่งดังจากพระสูตรเซนซึ่งพูดถึงพลังแห่งความเงียบ พระพุทธเจ้าทรงพาพระสาวกไปยังที่สงบเพื่อฟังคำสั่งสอนและรอฟังพระธรรมเทศนา เขาเอื้อมมือลงไปในโคลนแล้วดึงดอกบัวขึ้นมา พระพุทธเจ้าทรงแสดงดอกบัวให้แต่ละคนฟังอย่างเงียบๆ เหล่าสาวกพยายามอย่างเต็มที่เพื่อทำความเข้าใจความหมายของดอกไม้ ดอกไม้นี้หมายถึงอะไร และสอดคล้องกับคำสอนของพระพุทธเจ้าอย่างไร เมื่อพระพุทธเจ้าเสด็จไปหาพระมหากัสสปะผู้เป็นสาวก ทันใดนั้นพระสาวกก็เข้าใจ เขายิ้มและเริ่มหัวเราะ พระพุทธเจ้าทรงถวายดอกบัวแก่พระมหากัสสปแล้วทรงเริ่มตรัส พระพุทธเจ้าตรัสยิ้มว่า "จะว่าอย่างไรได้ เราก็บอกท่านแล้ว สิ่งใดจะว่าไม่ได้ เราก็ถวายพระมหากัสสปแล้ว" พระมหากัสสปกลายเป็นผู้สืบทอดของพระพุทธเจ้าตั้งแต่วันนั้นเป็นต้นมา

ชาวพุทธนิกายเซนใช้เรื่องราวนี้เพื่อแสดงให้เห็นถึงพลังแห่งความเงียบและ 'การถ่ายทอดความคิดสู่จิตใจ' สามารถทำได้ด้วยพลังแห่งความเงียบเท่านั้น สำนักพุทธศาสนาทุกสำนักเน้นย้ำถึงความสำคัญของการทำสมาธิในฐานะเครื่องมือในการบรรลุการตรัสรู้และสอนว่าความสงบภายในเท่านั้นที่สามารถทำได้

เซนและความยุติธรรมในตนเอง

เซนส่งเสริมการตระหนักรู้ในตนเองอย่างลึกซึ้งโดยการปลูกฝังการตระหนักรู้ในปัจจุบัน เพื่อที่เราจะได้ปรับตัวให้เข้ากับความคิด อารมณ์ และพฤติกรรมของเรามากขึ้น การตระหนักรู้ในตนเองที่เพิ่มขึ้นนี้ช่วยให้เรารับรู้ถึงความอยุติธรรมหรือความไม่สมดุลภายในตัวเรา เช่น ความคิดวิจารณ์ตนเอง นิสัยที่เป็นอันตราย หรือรูปแบบพฤติกรรมที่ไม่เป็นประโยชน์

ในเซน เน้นการปฏิบัติของการสังเกตแบบไม่ตัดสิน นี่หมายถึงการสังเกตความคิด อารมณ์ และประสบการณ์ของเราโดยไม่ติดป้ายว่าดีหรือไม่ดี เมื่อพูดถึงความยุติธรรมในตนเอง การสังเกตโดยไม่ตัดสินช่วยให้เราตรวจสอบภูมิทัศน์ภายในของเราได้อย่างเป็นกลาง โดยปราศจากการกล่าวโทษตนเองหรือการหลอกลวงตนเอง

ช่วยให้เราสามารถรับรู้ถึงประเด็นที่ต้องให้ความสนใจและเปลี่ยนแปลงโดยไม่จมอยู่กับความรู้สึกผิดห รือโทษตัวเอง

เซนส่งเสริมการใช้ชีวิตให้สอดคล้องกับความจริงและความถูกต้อง สิ่งนี้เกี่ยวข้องกับการซื่อสัตย์กับตนเองเกี่ยวกับค่านิยม ความปรารถนา และความต้องการของเรา ความยุติธรรมในตนเองกำหนดให้เราต้องดำเนินชีวิตตามตัวตนที่แท้จริงของเรา เคารพคุณค่าของเรา และดำเนินชีวิตที่สอดคล้องกับแรงบันดาลใจที่ลึกที่สุดของเรา การฝึกปฏิบัติแบบเซนช่วยให้เราขจัดการหลอกลวงตนเองหลายชั้นและดำเนินชีวิตด้วยความซื่อสัตย์แล ะความจริง

ความยุติธรรมสำหรับคนรุ่นปัจจุบัน

นักรบซามูไรตัวจริงอย่างเราต้องให้ความยุติธรรมกับตัวเราเองในชีวิตประจำวัน เรากำลังทำงานหนักเพื่อมีชีวิตที่ดี และนั่นไม่ได้หมายความว่าเราจะสร้างความอยุติธรรมต่อร่างกายด้วยการทำงานหนักโดยไม่ดูแลตัวเอง รับฟังอาการทางกายและภาษาใจของตนเองอยู่เสมอ ทุกคนต้องมีจรรยาบรรณที่เข้มงวดโดยการดูแลตนเองทั้งร่างกาย จิตใจ และจิตวิญญาณ

คุณจะพบว่าตัวเองอยู่ในความสงบ ห่างไกลจากความเบี่ยงเบน ก้าวแรกที่แท้จริงในชีวิตของทุกคนคือการเข้าใจการเดินทางในชีวิตของคุณ ในเสียงดัง คุณจะไม่ได้ยินเสียงเพลงอันไพเราะ และในทำนองเดียวกัน หากคุณมีความคิดมากมายในใจ คุณจะไม่ได้ยินเสียงภายในตัวคุณ ทุกคนสามารถช่วยเหลือตัวเองได้โดยการพักผ่อนด้วยวิธีที่เป็นไปได้เพื่อให้เป็นเหมือนที่ชาร์จที่เร็วสุด สำหรับร่างกายและจิตใจ เรามักจะตัดสินใจแย่ๆ เมื่อเราเต็มไปด้วยอารมณ์

คำสาบานแห่งความเงียบช่วยให้แต่ละคนตัดสินใจได้ว่าอะไรถูกอะไรผิดโดยการวิเคราะห์ความคิดภาย ในด้วยการวิปัสสนา ด้วยวิธีนี้ เราสามารถแยกแยะได้ว่าอะไรกวนใจเราจริงๆ ในชีวิตประจำวันของเรา มีเพียงทุกคนเท่านั้นที่สามารถดูแลตัวเองและทำสิ่งที่ถูกต้องเพื่อสุขภาพของตนเองได้เสมอ เนื่องจากเป็นความมั่งคั่งที่ยิ่งใหญ่ที่สุดของเรา

ความเงียบเป็นอาวุธอันทรงพลังที่คุณสามารถพูดคุยกับตัวเองและตระหนักถึงพลังแห่งกรอบความคิดข องคุณ เราจะไม่มีทางรู้ว่าจะเกิดอะไรขึ้นในวินาทีถัดไปของชีวิต สิ่งสำคัญคือต้องมีทัศนคติของนักรบซามูไรในการเตรียมพร้อมสำหรับทุกสถานการณ์ เพราะเมื่อนักรบสงบแล้วก็จะเข้าใจการเคลื่อนไหวต่อไปของศัตรูได้ง่าย

เมื่อเราต่อสู้เพื่อการเดินทางของเราเอง
คำสาบานแห่งความเงียบจะช่วยค้นหาการเคลื่อนไหวครั้งต่อไปในการเดินทางของเราเสมอ

ในกรณีของเรา เราเป็นศัตรูและมิตรของเราเอง และเหมือนกับซามูไร ช่วยตัวเองจากการต่อสู้ภายในและฆ่าศัตรู เช่น ความเครียด ความวิตกกังวล การมองโลกในแง่ลบ ฯลฯ คุณต้องเตรียมการเองเพื่อที่จะเงียบ ดังนั้นมันจะช่วยรักษาอุปนิสัยทางศีลธรรมของเรา เราสามารถทำตามคำปฏิญาณแห่งความเงียบเป็นเวลาหนึ่งชั่วโมง ครึ่งวัน หรือเต็มวัน ซึ่งจะช่วยปรับปรุงความเป็นอยู่โดยรวมของเรา

ความกล้าหาญ (ยู)

"ความกล้าหาญไม่ใช่การปราศจากความกลัว แต่เป็นการตัดสินว่า
สิ่งอื่นที่สำคัญกว่าความกลัว"

-แอมโบรส เรดมูน

ความกลัวที่ใหญ่ที่สุดของคุณคืออะไร?

- ☒ คุณกลัวความล้มเหลวหรือไม่?
- ☒ คุณกลัวความคิดเห็นของผู้อื่นหรือไม่?
- ☒ คุณเลื่อนบางสิ่งบางอย่างเพราะความกลัวหรือไม่?
- ☒ คุณกลัวการเปลี่ยนแปลงครั้งใหม่หรือไม่?
- ☒ คุณมีความกลัวเกี่ยวกับปัญหาความสัมพันธ์หรือไม่?
- ☒ คุณกลัวที่จะพูดในที่สาธารณะหรือไม่?
- ☒ คุณมักจะคิดถึงการเติบโตในอาชีพการงานหรือไม่?
- ☒ คุณคิดถึงอนาคตของครอบครัวบ้างไหม?
- ☒ คุณกลัวการเติบโตทางการเงินหรือไม่?
- ☒ คุณกลัวที่จะเสี่ยงในการย้ายครั้งต่อไปหรือไม่?
- ☒ คุณกังวลเกี่ยวกับสุขภาพของคุณหรือไม่?
- ☒ คุณกลัวความตายไหม?

หายใจเข้าลึกๆ แล้วตอบคำถาม เนื่องจากทุกคนมีความกลัวบางอย่างที่ขัดขวางไม่ให้เราก้าวไปสู่ขั้นต่อไป เนื่องจากความกลัว เราจะพบกับการเปลี่ยนแปลงทางกายภาพที่รุนแรงในร่างกายของเรา ฮอร์โมนความเครียด เช่น คอร์ติซอลและอะดรีนาลีนจะถูกปล่อยออกมา ความดันโลหิตและอัตราการเต้นของหัวใจเพิ่มขึ้น และคุณเริ่มหายใจเร็วขึ้น แม้แต่เลือดก็ไหลออกจากหัวใจและเข้าสู่แขนขาของคุณจริงๆ

ทำให้คุณเริ่มชกต่อยหรือวิ่งหนีเพื่อเอาชีวิตรอดได้ง่ายขึ้น
ร่างกายของคุณกำลังเตรียมพร้อมสำหรับสถานการณ์การต่อสู้หรือหลบหนี
มาดูกันว่าซามูไรเอาชนะความกลัวและแทนที่ด้วยความกล้าหาญได้อย่างไร

ความกล้าหาญ(ยู)

ความกล้าหาญถือได้ว่าเป็นหนึ่งในคุณธรรมสำคัญที่ซามูไรยึดถือ
ความกล้าหาญครอบครองจุดศูนย์กลางภายในหลักปฏิบัติบูชิโด
โดยกำหนดกรอบความคิดและการกระทำของนักรบที่ได้รับความเคารพนับถือเหล่านี้
ความกล้าหาญในสนามรบเป็นคุณลักษณะอย่างหนึ่งของซามูไร

ซามูไรฝึกฝนอย่างไม่ลดละ ฝึกฝนทักษะการต่อสู้จนกลายเป็นนักรบที่น่าเกรงขาม เมื่อเผชิญกับอันตราย
พวกเขาแสดงความกล้าหาญอย่างแน่วแน่ บุกเข้าสู่การต่อสู้อย่างไม่เกรงกลัว

ความกล้าหาญในการรบไม่เพียงแต่เกี่ยวกับความกล้าหาญส่วนตัวเท่านั้น
แต่ยังรวมถึงการปกป้องและความเป็นอยู่ที่ดีของเจ้านาย เผ่า และผู้คนที่พวกเขารับใช้ด้วย
การปฏิบัติตามพันธกรณีเหล่านี้ต้องใช้ความกล้าหาญอย่างมากในการเผชิญกับความท้าทาย
การตัดสินใจที่ยากลำบาก และเอาชนะอุปสรรค
พวกเขาเข้าใจว่าการกระทำของพวกเขามีน้ำหนักมากและความกล้าหาญของพวกเขาจะส่งผลโดยตรงต่อชีวิตของผู้ที่อยู่ภายใต้การดูแลของพวกเขา

ความกล้าหาญภายใต้หลักปฏิบัติบูชิโดขยายออกไปมากกว่าความกล้าหาญทางกายภาพ
ประกอบด้วยความกล้าหาญทางศีลธรรม
โดยกำหนดให้ซามูไรต้องรักษาความซื่อสัตย์และมาตรฐานทางจริยธรรม
พวกเขาถูกคาดหวังให้ยึดมั่นในหลักปฏิบัติแห่งเกียรติยศ ความภักดี และความชอบธรรมอันเคร่งครัด
นี่หมายถึงการยืนหยัดเพื่อสิ่งที่ถูกต้อง
แม้จะเผชิญกับความยากลำบากหรือเมื่อต้องเผชิญกับทางเลือกที่ยากลำบาก
ความกล้าหาญทางศีลธรรมเรียกร้องความมุ่งมั่นอย่างแน่วแน่ต่อความจริงและความยุติธรรม
โดยไม่คำนึงถึงผลที่ตามมาส่วนบุคคล
ความมุ่งมั่นของซามูไรต่อหลักการเหล่านี้ทำให้พวกเขาสามารถรวบรวมตัวอย่างแห่งความกล้าหาญได้

ความกล้าหาญในแบบซามูไร

นักรบซามูไรปฏิบัติตามความกล้าหาญในฐานะคุณธรรมในเส้นทางแห่งความชอบธรรม ซามูไรเชื่อในสองแนวคิดหลัก: ความกล้าหาญและความกล้าหาญเพราะพวกเขาเชื่อว่ามันถูกต้อง และต่อสู้อย่างไม่หวาดกลัว ซามูไรมีความเกี่ยวข้องกับเกียรติยศ ความกล้าหาญ ความสงบ การกระทำที่เด็ดขาด การคิดเชิงกลยุทธ์ และความกล้าหาญในการต่อสู้ ซามูไรต่อสู้จนถึงที่สุดและพวกเขาไม่กลัวสิ่งใดเลย

ความกล้าหาญไม่ได้หมายความว่าไม่กลัว มันหมายถึงการลงมือทำแม้ว่าเราจะกลัวก็ตาม ซามูไรได้รับการคาดหวังให้รักษาความสงบและความสงบ แม้ในสถานการณ์ที่วุ่นวายหรืออันตราย ความเข้มแข็งภายในและการควบคุมอารมณ์ของตนเองถือเป็นสัญญาณของความกล้าหาญ ความสามารถในการดำเนินการด้วยความชัดเจนและตัดสินภายใต้แรงกดดันได้แสดงให้เห็นถึงความกล้าหาญและความมีวินัยในตนเองของซามูไร

นักรบซามูไรได้รับการฝึกฝนอย่างเข้มงวด อดทนต่อวินัยที่เข้มงวด และเผชิญกับความยากลำบากด้วยความอุตสาหะ ความมุ่งมั่นที่จะก้าวข้ามความท้าทายและความพ่ายแพ้นี้ถูกมองว่าเป็นศูนย์รวมของความกล้าหาญ

การทำสมาธิช่วยให้ซามูไรได้รับพลังพิเศษในฐานะนักรบที่มีทักษะและมีคุณธรรมมากขึ้น ช่วยให้พวกเขาปลดปล่อยจิตใจและทำให้เอาชนะคู่ต่อสู้ได้ง่ายขึ้น นักรบซามูไรนั่งสมาธิเมื่อความตายทุกวันเพื่อที่พวกเขาจะได้ต่อสู้โดยไม่ต้องกลัว

การใช้สมาธิเพื่อรับความแข็งแกร่งของซามูไร

การทำสมาธิเป็นวิธีฝึกจิตใจให้อารมณ์น้อยลงและปรับตัวได้มากขึ้นวิธีหนึ่งที่ตรงที่สุด การทำสมาธิช่วยให้เราเข้าใจว่าจิตใจทำงานอย่างไร และเราจะเป็นคนที่รู้แจ้งและมีประสิทธิภาพมากขึ้นได้อย่างไร โดยการฝึกเอาชนะอัตตาของเราเองและจุดอ่อนโดยธรรมชาติของบุคลิกภาพของเรา นักรบซามูไรใช้การทำสมาธิเพื่อฝึกอารมณ์ซึ่งจะช่วยให้พวกเขาขยายความสามารถของตนได้ ด้วยการปลูกฝังความมั่นคงทางอารมณ์ ซามูไรจะพัฒนาความกล้าหาญในการรักษาความสงบและดำเนินการอย่างเด็ดขาด แม้ในสถานการณ์ที่ตึงเครียดหรือเป็นอันตราย เป็นพื้นฐานเกี่ยวกับการปรับปรุงการรับรู้และสติ นักรบซามูไรติดตามการทำสมาธิแบบเซน การทำสมาธิแบบมิคเคียว และอื่นๆ

การทำสมาธิแบบเซน

การทำสมาธิแบบซามูไรเซนซึ่งเรียกอีกอย่างว่าการทำสมาธิแบบ 'ซาเซ็น' เสนอวิธีทำให้จิตใจของคุณปลอดโปร่งจากความคิด ความกลัว และอัตตา และพบกับความสงบภายใน คำว่า "Mizu No Kokoro" ซึ่งหมายถึง "จิตใจที่สงบเหมือนน้ำ" มักใช้ในนิกายเซนของญี่ปุ่นเพื่ออธิบายสภาพจิตใจของความสงบสุขที่สะท้อนถึงวิถีนิรันดร์ สำหรับนักรบที่ได้รับการฝึกเซนแล้ว ความคิดเรื่องความตายแทบไม่เกี่ยวข้องเลย ชัยชนะหรือความพ่ายแพ้เป็นสองด้านของเหรียญเดียวกัน เพื่อนร่วมงานและศัตรูถือว่าเท่าเทียมกัน การรักษาทัศนคติแบบเซนคือผลลัพธ์ที่สำคัญที่สุด

มันเกี่ยวข้องกับการมุ่งความสนใจไปที่ลมหายใจและมุ่งความสนใจไปที่ช่วงเวลาปัจจุบัน โดยปกติปฏิบัติโดยการนั่งเฉยๆ ปล่อยใจให้ว่างจากความหมกมุ่น และปล่อยให้ความคิด ความคิด รูปภาพ และคำพูดผ่านไปโดยไม่จมอยู่กับสิ่งเหล่านั้น กระตุ้นให้นักรบซามูไรสังเกตความคิดและอารมณ์โดยไม่จมอยู่กับความคิดและอารมณ์เหล่านั้น การหลุดพ้นจากความผูกพันและความเกลียดชังนี้ปลูกฝังความกล้าที่จะละทิ้งความกลัวและความผูกพัน ที่อาจขัดขวางการเติบโตส่วนบุคคล

การทำสมาธิแบบมิคเคียว

การทำสมาธิมิคเคียวเกี่ยวข้องกับการใช้มนต์และการทำสมาธิเพื่อขจัดสิ่งอุดตันภายในร่างกายและส่งเสริมการไหลเวียนของพลังงาน สิ่งนี้เกี่ยวข้องกับตำแหน่งมือพิเศษ (โคลน) พิธีหนึ่งจัดขึ้นระหว่างการทำสมาธิเพื่อช่วยพัฒนาพลังหรือความสามารถบางอย่างในการเพ่งสมาธิและ

มีสมาธิ โดยสามารถทำได้โดยการนั่งพูด สวดมนต์ หรือท่องพยางค์ คำ หรือวลีซ้ำๆ กัน เพื่อเป็นเครื่องช่วยทำให้จิตใจปลอดโปร่งและอยู่กับปัจจุบัน

นักรบซามูไรมักจะแสวงหาคำแนะนำทางจิตวิญญาณและปรัชญาเพื่อเสริมสร้างความมุ่งมั่น เผชิญกับความตายอย่างไม่เกรงกลัว และปลูกฝังความคิดของนักรบ มิคเคียวซึ่งเน้นไปที่พิธีกรรมและการปฏิบัติอันลึกลับ นำเสนอการผสมผสานอันเป็นเอกลักษณ์ของคำสอนทางพุทธศาสนาและลักษณะนักรบที่ดึงดูดใจซามูไรบางคน ด้วยการฝึกฝนนี้ ซามูไรสามารถพัฒนาความกล้าที่จะเผชิญหน้ากับความตาย ยอมรับธรรมชาติของชีวิตชั่วคราว และยอมรับหน้าที่และชะตากรรมของพวกเขาโดยไม่ต้องกลัว

ประโยชน์ของการทำสมาธิ

การฝึกสมาธิแต่ละครั้งมีประโยชน์นับไม่ถ้วนและผ่านการพิสูจน์แล้วเพื่อช่วยให้จิตใจแจ่มใสและมุ่งความสนใจไปที่การเข้าถึงศักยภาพสูงสุดของตนเอง การทำสมาธิไม่มีวิธีถูกหรือผิด และไม่มีวิธีปฏิบัติใดดีกว่าวิธีอื่นๆ
คุณเพียงแค่ต้องค้นหาการฝึกสมาธิที่เหมาะกับคุณและเชื่อมโยงกับให้ได้มากที่สุด
เรามาดูประโยชน์ของการทำสมาธิกันบ้าง

- ☒ ปรับปรุงความสมดุลทางอารมณ์ความอดทนและสมาธิ
- ☒ ช่วยเพิ่มสติ
- ☒ ส่งเสริมความมีน้ำใจในตนเองและการยอมรับตนเอง
- ☒ มีส่วนร่วมในการคิดเชิงบวก
- ☒ ช่วยให้อยู่กับปัจจุบันขณะ
- ☒ เพิ่มหน่วยความจำและความคิดสร้างสรรค์
- ☒ นำความสงบสุขและความสามัคคีในความสัมพันธ์
- ☒ ปลูกฝังความแข็งแกร่งและความยืดหยุ่นภายใน

เรื่องราวของซามูไรและปรมาจารย์ชา

ปรมาจารย์แห่งชาไม่ใช่นักดาบ
แต่การปฏิเสธความท้าทายจะทำให้ทั้งครอบครัวของเขาและลอร์ดยามาโนะอุจิต้องอับอาย
เขายอมรับการท้าทายโดยรู้ว่าจะต้องเผชิญหน้ากับความตาย
ดังนั้นเขาจึงขอให้ซามูไรทำการดวลในวันรุ่งขึ้น ความปรารถนาของเขาได้รับ

เขาลุกขึ้นและกลับมาที่ราชสำนักของลอร์ดยามาโนะอุจิโดยลำพัง ที่นั่นเขาพบว่ามีตำแหน่งเท่าเทียมกัน เป็นปรมาจารย์แห่งการฟันดาบ เขามีทักษะการต่อสู้ด้วยดาบที่ไม่เหมือนใคร

เขาอธิบายเรื่องราวของเขาให้ปรมาจารย์แห่งฟันดาบฟัง
และขอให้อาจารย์สอนวิธีตายแบบซามูไรให้เขาฟัง แต่ผู้เชี่ยวชาญด้านฟันดาบเป็นคนฉลาด และเขามีความเคารพต่อเจ้าของพิธีชงชาเป็นอย่างมาก ดังนั้นเขาจึงกล่าวว่า "ฉันจะสอนคุณทุกอย่างที่คุณต้องการ แต่ก่อนอื่น ฉันขอให้คุณแสดงวิถีแห่งชา" สำหรับฉันเป็นครั้งสุดท้าย"

อาจารย์ชาไม่สามารถปฏิเสธคำขอนี้ได้ ในขณะที่เขาทำพิธี ร่องรอยของความกลัวทั้งหมดดูเหมือนจะหายไปจากใบหน้าของเขา
เขาจดจ่ออยู่กับถ้วยและหม้อที่เรียบง่ายแต่สวยงาม รวมถึงกลิ่นหอมอันละเอียดอ่อนของใบไม้ ไม่มีที่ว่างในใจของเขาสำหรับความวิตกกังวล ความคิดของเขามุ่งความสนใจไปที่พิธีกรรม

ปรมาจารย์ชาดำเนินการประกอบพิธีกรรม และเมื่อพิธีเสร็จสิ้น ปรมาจารย์ฟันดาบอุทานด้วยความตื่นเต้นว่า “คุณไม่จำเป็นต้องเรียนรู้ศิลปะแห่งความตาย! สภาพจิตใจที่คุณเป็นอยู่ตอนนี้ก็เพียงพอแล้วสำหรับคุณที่จะเผชิญหน้ากับซามูไร เมื่อคุณเห็นผู้ท้าชิง ลองจินตนาการว่าคุณกำลังจะเสิร์ฟชาให้แขก ทักทายเขาอย่างสุภาพ แสดงความเสียใจที่ไม่สามารถพบเขาได้เร็วกว่านี้ ถอดเสื้อคลุมออกแล้วพับเหมือนเดิม คลุมศีรษะด้วยผ้าพันคอไหมและทำอย่างสงบสุขเช่นเดียวกับการแต่งกายสำหรับพิธีชงชา ชักดาบออกมาแล้วถือไว้สูงเหนือศีรษะ จากนั้นหลับตาและเตรียมพร้อมสำหรับการต่อสู้”

อาจารย์ชาตกลงที่จะทำตามที่อาจารย์ของเขาบอก วันรุ่งขึ้น เขาไปพบกับซามูไร ซึ่งอดไม่ได้ที่จะสังเกตเห็นสีหน้าที่สงบและสง่างามบนใบหน้าของคู่ต่อสู้ขณะที่เขาถอดเสื้อคลุมออก และเขารู้สึกประหลาดใจกับจิตใจของปรมาจารย์ชาในขณะที่เขาเตรียมตัวสำหรับการต่อสู้ .
ซามูไรคิดว่าปรมาจารย์ชาผู้คลำๆ นี้จะต้องเป็นนักดาบที่มีทักษะจริงๆ เขาคิดว่าเขาคงตกเป็นเหยื่อของกลอุบายหรือการหลอกลวงบางอย่าง
และตอนนี้เขาเองที่กลัวชีวิตของตัวเอง

นักรบร้องขอการอภัยโทษสำหรับพฤติกรรมของเขา และขอแก้ตัวจากพฤติกรรมหยาบคายของเขา และออกจากสถานที่สู้รบ หากจิตใจของเราเต็มไปด้วยความวิตกกังวลไม่รู้จบ จินตนาการก็จะเข้ามาครอบงำจิตใจของเราทุกครั้งที่สถานการณ์ต่างๆ ทำให้เรากลัวกับปัญหาต่างๆ มากมาย จิตใจที่มีสมาธิไม่มีที่ว่างสำหรับความวิตกกังวล ความกลัว และจินตนาการที่โอ้อวด และจะถูกแทนที่ด้วยความกล้าที่จะเผชิญกับปัญหา

เซนและความกล้าหาญในตนเอง

เซนเน้นย้ำถึงการปฏิบัติตนอยู่ในปัจจุบันอย่างเต็มที่ ด้วยการปลูกฝังสติ เราจะพัฒนาความสามารถในการเผชิญกับความกลัวของเราโดยตรง แทนที่จะจมอยู่กับความกังวลเกี่ยวกับอนาคตหรือความเสียใจเกี่ยวกับอดีต การปรากฏตัวอย่างไม่เกรงกลัวช่วยให้เราเผชิญกับความท้าทายด้วยความชัดเจน ความกล้าหาญ และความยืดหยุ่นที่มากขึ้น

เซนเชิญชวนผู้ฝึกให้สำรวจความกลัวและอารมณ์ที่ท้าทายอื่นๆ ด้วยความมีสติและความอยากรู้อยากเห็น แทนที่จะหลีกเลี่ยงหรือระงับความกลัว เซนสนับสนุนให้เราหันไปหามัน โดยสังเกตความรู้สึกทางกายภาพและความคิดที่ซ่อนอยู่ ด้วยการสำรวจอย่างมีสตินี้ เราจะพัฒนาความเข้าใจเกี่ยวกับความกลัวให้มากขึ้น และค้นพบว่าความกลัวไม่ได้หนักแน่นหรือหนักใจเท่าที่ควรในตอนแรก ความเข้าใจอันลึกซึ้งนี้ส่งเสริมความกล้าที่จะเผชิญกับความกลัวโดยตรง

การฝึกเซนเป็นประจำ รวมถึงการทำสมาธิและการเจริญสติ จะสร้างความแข็งแกร่งและความยืดหยุ่นจากภายใน เช่นเดียวกับการออกกำลังกายทำให้ร่างกายแข็งแรง การฝึกเซนก็ทำให้จิตใจเข้มแข็งขึ้นและปลูกฝังคุณสมบัติต่างๆ เช่น สมาธิ ความใจเย็น และความอุตสาหะ ความเข้มแข็งภายในนี้ทำหน้าที่เป็นรากฐานสำหรับความกล้าหาญในตนเอง ช่วยให้เราเผชิญกับความท้าทายด้วยความมั่นคง ความชัดเจน และความมุ่งมั่นที่มากขึ้น

ความกล้าหาญสำหรับคนรุ่นปัจจุบัน

ความกล้าหาญอันแน่วแน่ของซามูไรในการเผชิญกับความยากลำบากสามารถเป็นแรงบันดาลใจให้คนรุ่นปัจจุบันเผชิญหน้ากับความท้าทายของตนเองด้วยความเข้มแข็งและความมุ่งมั่น

ไม่ว่าจะเป็นอุปสรรคส่วนตัว ความพ่ายแพ้ในอาชีพการงาน หรือความอยุติธรรมในสังคม การใช้ความกล้าหาญของซามูไรสามารถเสริมกำลังบุคคลในการเผชิญกับความยากลำบากและมุ่งมั่นเพื่อการเปลี่ยนแปลงเชิงบวก

ความกลัวมักขัดขวางการเติบโตส่วนบุคคลและขัดขวางไม่ให้บุคคลทำตามความปรารถนาของตนเอง ความไม่เกรงกลัวของซามูไรในการสู้รบและการยอมรับความตายทำหน้าที่เป็นเครื่องเตือนใจให้ยอมรับความกลัวในฐานะส่วนหนึ่งของชีวิตและก้าวข้ามขีดจำกัดของมัน การมีความกล้าที่จะเผชิญหน้ากับความกลัวและรับความเสี่ยงที่คำนวณไว้แล้วสามารถนำไปสู่การเติบโตและความสำเร็จส่วนบุคคลได้

การมุ่งเน้นของซามูไรในการควบคุมตนเองและความสงบสามารถสร้างแรงบันดาลใจให้คนรุ่นปัจจุบันพัฒนาสติและความแข็งแกร่งภายใน ในโลกที่เปลี่ยนแปลงไปอย่างรวดเร็วในปัจจุบัน ความกล้าหาญอยู่ที่การปลูกฝังความฉลาดทางอารมณ์ การจัดการความเครียดและการรักษากรอบความคิดที่สงบและมีศูนย์กลาง การฝึกสติสามารถช่วยเพิ่มความสามารถในการตัดสินใจและส่งเสริมความเป็นอยู่โดยรวม

ความกลัวเป็นสิ่งสำคัญและช่วยปกป้องเราจากอันตราย เมื่อเรากำลังเผชิญกับการเปลี่ยนแปลงหรือประสบการณ์ใหม่ อาจรู้สึกเหมือนร่างกายและสมองของเรากำลังต่อสู้กัน และเรารู้ว่าเราต้องการลงมือทำ แต่ความกลัวของเราเองก็มีความคิดที่แตกต่างกัน

บางครั้งเราก็ต้องเผชิญปัญหาด้วยตัวเองในสถานการณ์ที่ไม่คาดคิดเช่นกัน ความกลัวทำให้เราอยากวิ่ง แต่ก็สามารถกระตุ้นเราด้วยวิธีใดวิธีหนึ่งได้เช่นกัน เป็นการยากที่จะคิดให้ชัดเจนเมื่อเราทำงานจากสถานที่แห่งความกลัว ในกรณีของเรา เราเป็นฝ่ายตรงข้ามของเราเอง และเราต้องเผชิญกับความกลัวมากมายในชีวิตประจำวันของเรา

มาทำสมาธิแบบซามูไรและทำลายปีศาจภายในตัวเรากันเถอะ นอกจากนี้เรายังจะปลูกฝังความสมดุลและความสามัคคีภายในตัวเราเพื่อพัฒนาจิตใจที่สงบและชัดเจนและก้าวไปสู่การบรรลุเป้าหมาย ด้วยการโอบกอดความกล้าหาญเมื่อเผชิญกับความยากลำบาก ยืนหยัดเพื่อค่านิยม เอาชนะความกลัว ปลูกฝังวินัย เป็นผู้นำด้วยความซื่อสัตย์ และน้อมรับการมีสติ แต่ละบุคคลสามารถดึงเอามรดกของซามูไรมาเพื่อค้นหาความกล้าหาญที่จำเป็นในการนำทางความซับซ้อนของโลกสมัยใหม่และสร้าง ส่งผลดีต่อตนเองและผู้อื่น

ความเมตตา(จิน)

"ความเห็นอกเห็นใจตนเองเป็นเพียงการให้ความเมตตาต่อตนเองเช่นเดียวกับที่เราจะให้ผู้อื่น"

-คริสโตเฟอร์ เจอร์เมอร์

คุณให้การต้อนรับตัวเองอย่างอบอุ่นไหม?

- ☒ คุณปฏิบัติต่อตัวเองทุกวันอย่างไร?
- ☒ คุณพูดคุยกับตัวเองด้วยความเอาใจใส่และอ่อนโยนหรือไม่?
- ☒ คุณภาพที่ยิ่งใหญ่ที่สุดของฉันคืออะไร?
- ☒ วันนี้ฉันชอบที่จะรู้สึกอย่างไร?
- ☒ ฉันต้องการอะไรตอนนี้?
- ☒ ฉันจะให้กำลังใจตัวเองอย่างไรเมื่อฉันอารมณ์ไม่ดี?
- ☒ เพลงไหนที่ฉันชอบฟังบ่อยที่สุด?
- ☒ กิจกรรมใดที่ฉันชอบจริงๆ?
- ☒ ฉันจะใช้เวลากับตัวเองอย่างไร?
- ☒ อาหารที่ฉันชอบกินคืออะไร?
- ☒ นิสัยใหม่ที่ฉันสามารถนำมาใช้เพื่อช่วยให้ฉันรู้สึกมีความสุขหรือสงบในชีวิตมากขึ้นคืออะไร?
- ☒ วิธีเล็กๆ น้อยๆ ที่ฉันสามารถเริ่มทำสิ่งนั้นได้ในวันนี้ คือ อะไร?
- ☒ บทเรียน อะไร ที่ฉันสามารถเรียนรู้จากความผิดพลาดครั้งล่าสุด?
- ☒ คุณได้เชื่อมต่อกับธรรมชาติด้วยการเดินทางท่องเที่ยวคนเดียวตามลำพังหรือไม่?

เราแสดงความเมตตาต่อผู้อื่นเสมอ
แต่เราล้มเหลวในการปลอบโยนและเอาใจใส่ในช่วงเวลาแห่งความเครียด ความเจ็บปวด และความยากลำบาก
โลกสมัยใหม่คาดหวังให้เราสมบูรณ์แบบและต้องการให้เราแสดงผลลัพธ์ที่ประสบความสำเร็จตลอดเวลา เราเผชิญกับความล้มเหลวในบางครั้ง และด้วยผลที่ตามมาเราจะเข้มงวดกับตัวเองด้วยการมีความสงสัยในตนเอง ความรู้สึกแปลก ๆ ไร้สาระ ไร้จุดหมาย รังเกียจ และโกรธ ทำให้เราไม่สามารถบรรลุเป้าหมายในอนาคตได้ หลายๆ คนไม่เคยพยายามให้อภัยความล้มเหลวของตนเองเลย เพราะพวกเขาจะต้องสมบูรณ์แบบต่อหน้าสังคม ครอบครัว และเพื่อนฝูง และพวกเขาอาจรู้สึกคู่ควรที่จะได้รับความรัก การยอมรับ และความเคารพเมื่อพวกเขาประสบความสำเร็จเท่านั้น
มาดูกันว่าซามูไรใช้ความเมตตาในชีวิตประจำวันอย่างไร

ความเมตตา(จิน)

ความเห็นอกเห็นใจตามหลักปฏิบัติบูชิโดเป็นคุณธรรมและหลักการสำคัญที่ชี้แนะพฤติกรรมของซามูไรในวัฒนธรรมญี่ปุ่นแบบดั้งเดิม ซึ่งมีรากฐานมาจากความเห็นอกเห็นใจ ความเมตตากรุณา และความเคารพต่อชีวิต

ความเมตตากรุณาเป็นรากฐานสำคัญของการกระทำที่มีความเห็นอกเห็นใจของพวกเขา พวกเขามุ่งมั่นที่จะแสดงความเมตตา ความปรารถนาดี และความเสียสละ ไม่เพียงแต่ต่อสหายและผู้บังคับบัญชาเท่านั้น แต่ยังรวมถึงสมาชิกที่อ่อนแอ ผู้ด้อยโอกาส และชายขอบของสังคมด้วย

ความเมตตาในบูชิโดยังหมายรวมถึงคุณธรรมแห่งความเมตตาและการตระหนักรู้ทางอารมณ์ด้วย แม้ว่าพวกเขาจะมีบทบาทเป็นนักรบ ซามูไรก็ได้รับการสนับสนุนให้แสดงความเมตตาในสนามรบ ความเมตตานี้ไม่ใช่สัญญาณของความอ่อนแอ แต่เป็นข้อพิสูจน์ถึงความเข้มแข็งทางศีลธรรมของซามูไร และความสามารถของพวกเขาที่จะอยู่เหนือความรุนแรงและการแก้แค้น

ความเมตตาในวิถีซามูไร

ซามูไรเป็นที่รู้จักในด้านความกล้าหาญและทักษะการต่อสู้ และพวกเขาก็หยั่งรากลึกในหลักการแห่งความเห็นอกเห็นใจและการเอาใจใส่

พวกเขาได้รับการฝึกฝนให้เป็นนักรบที่ดุร้ายซึ่งสามารถทนต่อความเจ็บปวดทั้งทางร่างกายและจิตใจและยังคงมุ่งความสนใจไปที่เป้าหมายของพวกเขา

ซามูไรได้รับการฝึกฝนให้มีความเห็นอกเห็นใจและเห็นอกเห็นใจต่อผู้ที่เผชิญหน้าแม้ในการต่อสู้ พวกเขาได้รับการคาดหวังให้แสดงความเมตตาและความเคารพต่อคู่ต่อสู้ และปฏิบัติต่อศัตรูอย่างมีศักดิ์ศรีและให้เกียรติ ในความเป็นจริง ซามูไรบางคนขึ้นชื่อในเรื่องความสามารถในการแก้ไขข้อขัดแย้งด้วยการเจรจามากกว่าการใช้ความรุนแรง

ซามูไรยังได้รับการคาดหวังให้แสดงความเห็นอกเห็นใจต่อผู้อ่อนแอและอ่อนแออีกด้วย พวกเขาถูกคาดหวังให้ปกป้องผู้บริสุทธิ์และปกป้องผู้ที่ไม่สามารถปกป้องตนเองได้ ซามูไรจำนวนมากมีส่วนร่วมอย่างลึกซึ้งในกิจกรรมการกุศลและทำงานเพื่อปรับปรุงชีวิตของผู้คนในชุมชนของตน

ซามูไรยังมีความสนใจเป็นพิเศษในวัฒนธรรมชาและศิลปะพิธีชงชา ซึ่งเกี่ยวข้องกับการจัดเตรียมและเสิร์ฟมัทฉะ ซึ่งเป็นชาเขียวแบบผง พิธีชงชาถูกมองว่าเป็นวิธีปลูกฝังความรู้สึกมีสติและความสงบภายใน และมักได้รับการฝึกฝนโดยซามูไรเพื่อเพิ่มสมาธิและสมาธิ

พิธีชงชา

พิธีชงชาหรือที่รู้จักกันในชื่อชาโนยุหรือซาโดะ เป็นวิธีปฏิบัติแบบดั้งเดิมของญี่ปุ่นที่เกี่ยวข้องกับการเตรียมและเสิร์ฟชาแก่แขกในบรรยากาศที่เป็นทางการ พิธีนี้เป็นส่วนสำคัญของวัฒนธรรมญี่ปุ่นมานานหลายศตวรรษ และถือเป็นศิลปะรูปแบบหนึ่งที่สะท้อนถึงหลักการแห่งความสามัคคี ความเคารพ ความบริสุทธิ์ และความเงียบสงบ

พิธีชงชามักจัดขึ้นในห้องเล็กๆ เรียบง่ายที่เรียกว่าห้องชาหรือชาชิสึ ซึ่งออกแบบมาเพื่อสร้างบรรยากาศแห่งความสงบและความเงียบสงบ โดยทั่วไปพิธีจะดำเนินการโดยผู้ประกอบวิชาชีพที่ผ่านการฝึกอบรมซึ่งเป็นที่รู้จักในนามผู้เชี่ยวชาญด้านชาหรือชาจิน ซึ่งจะเตรียมชาด้วยวิธีเฉพาะและเสิร์ฟให้กับแขกตามพิธีกรรม

กระบวนการชงและเสิร์ฟชาในพิธีชงชามีหลายขั้นตอน รวมถึงการเตรียมอุปกรณ์ชงชา การต้มน้ำ การตีผงชา และการนำเสนอชามชาแก่แขก

แต่ละขั้นตอนได้รับการออกแบบท่าเต้นอย่างระมัดระวังเพื่อสร้างความรู้สึกถึงความงดงาม ความสง่างาม และความกลมกลืน

การทำสมาธิด้วยชา

ชาโนยุ พิธีชงชาของญี่ปุ่นแยกออกจากการทำสมาธิแบบเซนไม่ได้ เนื่องจากได้รับอิทธิพลอย่างมากจากพระเซนในศาสนาพุทธเซน โนะ ริคิว เขาเน้นย้ำถึงแนวคิด "อิจิโกะ อิจิเอะ" ซึ่งแปลว่า "ครั้งเดียว หนึ่งการประชุม" ซึ่งหมายความว่าช่วงเวลาปัจจุบันนั้นเกิดขึ้นเพียงชั่วครู่และจะไม่เกิดขึ้นอีก ด้วยเหตุนี้ เราจึงสามารถชื่นชมความงามและความอนิจจังของประสบการณ์ส่วนใหญ่ได้

พิธีชงชามักถูกมองว่าเป็นรูปแบบหนึ่งของการทำสมาธิ เนื่องจากกระตุ้นให้ผู้เข้าร่วมมุ่งความสนใจไปที่ช่วงเวลาปัจจุบันและชื่นชมความงดงามของพิธีกรรม การปฏิบัตินี้ยังเป็นวิธีเชื่อมต่อกับผู้อื่น เนื่องจากแขกจะได้รับการสนับสนุนให้มีส่วนร่วมในการสนทนาและแบ่งปันความคิดและความรู้สึกของพวกเขา ตระหนักถึงการเคลื่อนไหว ความคิด และความรู้สึกของคุณ รับรู้แล้วปล่อยมันไป แต่ละช่วงเวลาก็หายวับไป แม้ว่าคุณจะทำตามขั้นตอนเดิมเพื่อชงชาแบบเดิมนี้อีกครั้งในวันพรุ่งนี้ มันก็จะไม่เหมือนเดิมอีกต่อไป ชื่นชมช่วงเวลาแห่งการดื่มชานี้เสมือนหนึ่งเดียวที่คุณได้รับ

การทำจิตใจให้ผ่องใสเป็นสิ่งสำคัญเพื่อที่ในขณะที่คุณเพลิดเพลินกับชา คุณจะไม่ได้คิดถึงสิ่งใดที่อาจรบกวนคุณหรือสิ่งที่คุณต้องดูแลในระหว่างวัน คุณกำลังอุทิศเวลาเพื่อตัวคุณเองและน้ำชาเท่านั้น และในขณะนี้ ไม่มีอะไรสำคัญอีกต่อไป ปัจจุบันพิธีชงชายังคงมีการปฏิบัติกันอย่างแพร่หลายในญี่ปุ่น และยังได้รับความนิยมในส่วนอื่นๆ ของโลก เพื่อเป็นช่องทางในการชื่นชมวัฒนธรรมและประเพณีของญี่ปุ่น

ขั้นตอนที่ตามมาในการทำสมาธิด้วยชา

ขณะเข้าไปในห้องน้ำชาหรือชาชิสึ
จุดประสงค์หลักคือการเพลิดเพลินกับชาและความผูกพันระหว่างเจ้าของบ้านและแขก แขกจะทิ้งความคิดภายนอกไว้เบื้องหลังขณะเข้าห้องน้ำชา การฝึกดื่มชาแบบญี่ปุ่นจะใช้ชาใบโดยหลักแล้วจะเป็นเซนฉะ ซึ่งเรียกว่าชาเขียว

เมื่อเจ้าบ้านชงชาก็ควรเตรียมอย่างมีสติเต็มที่ การทำจิตใจให้ผ่องใสขณะดื่มชาเป็นสิ่งสำคัญมาก คุณกำลังอุทิศเวลาเพื่อตัวคุณเองและน้ำชาเท่านั้น และในขณะนี้ ไม่มีอะไรสำคัญอีกต่อไป

ค้นหาพื้นที่เพื่อเพลิดเพลินกับชาของคุณ นี่อาจเป็นพื้นที่ใดก็ได้ แต่การอุทิศให้กับประสบการณ์เป็นสิ่งสำคัญ หลายๆ คนชอบนั่งสมาธิแบบชาในจุดเดิมทุกครั้ง เมื่อเวลาผ่านไป พลังแห่งการทำสมาธิก็จะยิ่งเข้มข้นขึ้น ใช้เวลาชื่นชมชาและพยายามเชื่อมโยงกับมัน ขอขอบคุณการทำงานหนักของคุณเองเพื่อให้คุณได้อยู่ในจุดที่คุณอยู่ตอนนี้
เพลิดเพลินกับชาถ้วยนี้และขอบคุณ

ประโยชน์ของการทำสมาธิด้วยชา

การทำสมาธิด้วยชามีการปฏิบัติกันมาหลายศตวรรษและมีประโยชน์มากมายสำหรับความเป็นอยู่ที่ดีของเรา ทุกครั้งที่ซามูไรกลับมาจากสนามรบ พวกเขาจะฝึกฝนพิธีชงชาเพื่อค้นหาความสงบในใจ นอกจากนี้ หลายคนยังหมกมุ่นอยู่กับการสะสมสิ่งของล้ำค่าและชาล้ำค่าเพื่อแสดงพลังของพวกเขา ประโยชน์บางประการเหล่านี้ได้แก่:

- ช่วยลดความเครียด
- ช่วยในการให้ความชุ่มชื้นที่เหมาะสม
- ปรับปรุงโฟกัสและสมาธิ
- รักษาทัศนคติเชิงบวก
- นำมาซึ่งความสุขด้วยการฝึกฝนความกตัญญู
- สนุกและอยู่กับปัจจุบันขณะ
- มันนำมาซึ่งความสัมพันธ์ที่ลึกซึ้งยิ่งขึ้นต่อเพื่อนและครอบครัว
- ส่งเสริมความเห็นอกเห็นใจตนเอง

ซามูไรและพระภิกษุผู้เห็นอกเห็นใจตนเอง

กาลครั้งหนึ่ง ซามูไรชื่อฮาจิมันได้รับบาดเจ็บในสนามรบ บาดแผลของเขาสาหัสและเขาไม่สามารถต่อสู้ต่อไปได้ รู้สึกละอายใจและไร้ประโยชน์ ฮาจิมันจึงกลายเป็น

ถอนตัวและหดหู่

วันหนึ่ง พระผู้มีปัญญามาเยี่ยมฮาจิมัน พระภิกษุเห็นว่าซามูไรกำลังทุกข์ทรมานจึงแนะนำให้เขาฝึกมีความเห็นอกเห็นใจตนเอง พระภิกษุอธิบายว่าการเห็นอกเห็นใจตนเองเป็นการปฏิบัติต่อตนเองด้วยความเมตตา ความเข้าใจ และการให้อภัย

ตอนแรกฮาจิมันรู้สึกสงสัย เขาถูกสอนมาโดยตลอดว่าให้เข้มแข็งและก้าวผ่านความเจ็บปวดของเขา แต่พระภิกษุก็สนับสนุนให้เขาเห็นว่าความเห็นอกเห็นใจในตนเองไม่ใช่สัญญาณของความอ่อนแอ แต่เป็นสัญญาณของความเข้มแข็ง

เมื่อเวลาผ่านไป ฮาจิมันเริ่มฝึกฝนความเห็นอกเห็นใจในตนเอง เขาปล่อยให้ตัวเองได้พักผ่อนและรักษา และเขาปฏิบัติต่อตัวเองด้วยความเมตตาและความเข้าใจ เขาให้อภัยตัวเองสำหรับอาการบาดเจ็บและยอมรับว่าเขาต้องใช้เวลาในการฟื้นตัว

ขณะที่ฮาจิมันฝึกฝนความเห็นอกเห็นใจในตนเอง เขาเริ่มรู้สึกดีขึ้นทั้งทางร่างกายและจิตใจ บาดแผลของเขาหายดี และจิตวิญญาณของเขาก็ดีขึ้น เขาตระหนักว่าเขาเข้มงวดกับตัวเองมากเกินไป และเขาจำเป็นต้องปฏิบัติต่อตัวเองด้วยความเมตตาและความเห็นอกเห็นใจแบบเดียวกับที่เขาแสดงต่อผู้อื่น

ตั้งแต่วันนั้นเป็นต้นมา ฮาจิมันกลายเป็นผู้สนับสนุนการเห็นอกเห็นใจตนเอง เขาสนับสนุนให้เพื่อนซามูไรฝึกดูแลตัวเองและปฏิบัติต่อตนเองด้วยความเมตตาและความเข้าใจ เขาตระหนักว่าความเข้มแข็งที่แท้จริงไม่ได้เป็นเพียงเกี่ยวกับความกล้าหาญทางร่างกายเท่านั้น แต่ยังเกี่ยวกับความสามารถในการแสดงความเห็นอกเห็นใจต่อตนเองและการดูแลตัวเองตลอดจนผู้อื่นด้วย

เซนและความเห็นอกเห็นใจในตนเอง

การฝึกเห็นอกเห็นใจตนเองช่วยให้แต่ละคนสามารถรักษากรอบความคิดที่เติบโตได้เมื่อเผชิญกับการต่อสู้และความล้มเหลว

ความล้มเหลวของเราเองสามารถเป็นแหล่งของความเข้มแข็งและความหมายในช่วงเวลาที่ยากลำบากและท้าทาย ทำให้แต่ละบุคคลมีเหตุผลที่จะรับสายจากสุภาษิตด้วยความอุตสาหะของเรา

แทนที่จะตีสอนตัวเอง เราควรฝึกความเห็นอกเห็นใจตนเอง การให้อภัยความผิดพลาดของเรามากขึ้น และความพยายามอย่างตั้งใจที่จะดูแลตัวเองในช่วงเวลาแห่งความผิดหวังหรืออับอาย

ความเห็นอกเห็นใจตนเองยังเกี่ยวกับการละทิ้งการตัดสินและการวิพากษ์วิจารณ์ตนเอง และแทนที่จะเสนอความเห็นอกเห็นใจและความเข้าใจให้กับตนเองแบบเดียวกับที่เราอาจเสนอให้เพื่อนสนิทแทน การปฏิบัตินี้สามารถช่วยให้บุคคลต่างๆ ยอมรับตนเองและความไม่สมบูรณ์ของตนได้มากขึ้น

ซึ่งอาจนำไปสู่ความยืดหยุ่นทางอารมณ์และความเป็นอยู่ที่ดียิ่งขึ้น

มีจุดมุ่งหมายเพื่อพัฒนาความสามารถในการสงบสติอารมณ์และสมดุลเมื่อเผชิญกับความท้าทายในชีวิต ด้วยการปลูกฝังความเห็นอกเห็นใจตนเอง

แต่ละบุคคลสามารถจัดการกับความทุกข์ของตนเองด้วยความกรุณาและความอ่อนโยน ซึ่งช่วยเสริมสร้างความรู้สึกลึกซึ้งถึงความมั่นคงและความยืดหยุ่นภายใน

ความเห็นอกเห็นใจต่อรุ่นต่อรุ่น

ความเห็นอกเห็นใจต่อคนรุ่นปัจจุบันมีความสำคัญต่อชีวิตประจำวันของเรา เราสามารถปลูกฝังความรู้สึกเป็นอยู่ที่ดี การเติบโตส่วนบุคคล และความยืดหยุ่นให้มากขึ้น โดยสอดคล้องกับหลักการของหลักปฏิบัติบูชิโด

ซามูไรให้ความสำคัญกับความเห็นอกเห็นใจตนเองเป็นสิ่งสำคัญในการเติบโตและการพัฒนาส่วนบุคคล พวกเขาตระหนักดีว่าการปฏิบัติต่อตนเองด้วยความเมตตาและความเข้าใจเป็นสิ่งสำคัญ และการให้อภัยตนเองสำหรับข้อผิดพลาดและข้อบกพร่อง

ในปัจจุบันเราสามารถนำหลักการนี้ไปใช้ได้โดยการดูแลตนเอง มีเมตตาต่อตนเองในเวลาที่เกิดความเครียดหรือความยากลำบาก และสร้างความรู้สึกเห็นอกเห็นใจตนเองและรักตนเอง

คำนึงถึงคำพูดของตัวเองและให้แน่ใจว่าเป็นการเห็นอกเห็นใจและให้การสนับสนุน ปฏิบัติต่อตนเองด้วยความเมตตา ยอมรับจุดแข็งและความสำเร็จของตนเอง

แทนที่จะวิพากษ์วิจารณ์ตนเองจนเกินไป ไตร่ตรองถึงคุณสมบัติ จุดแข็ง และความสามารถเชิงบวกของคุณ โอบกอดและเฉลิมฉลองสิ่งที่ทำให้คุณมีเอกลักษณ์และมีคุณค่า โปรดจำไว้ว่าคุณภาพสูงสุดของคุณอาจแตกต่างกันไปขึ้นอยู่กับบริบทและมุมมองในการรับชม

ทบทวนความผิดพลาดล่าสุดว่าเป็นโอกาสในการเติบโตและการเรียนรู้ ระบุบทเรียนที่สามารถเรียนรู้จากประสบการณ์เหล่านี้และพิจารณาว่าคุณสามารถประยุกต์บทเรียนเหล่านั้นกับสถานการณ์ในอนาคตได้อย่างไร

การมีส่วนร่วมกับธรรมชาติเป็นวิธีที่มีประสิทธิภาพในการปลูกฝังความเห็นอกเห็นใจต่อตนเองและผู้อื่น การใช้เวลาในสภาพแวดล้อมทางธรรมชาติช่วยฟื้นคืนความกระปรี้กระเปร่า ค้นหาปลอบใจ และเชื่อมต่อกับความงามของโลกรอบตัวคุณ

ความสำคัญของความเห็นอกเห็นใจและการเอาใจใส่ในวัฒนธรรมซามูไรปรากฏชัดในงานศิลปะและวรรณกรรมหลายด้าน ตัวอย่างเช่น บทกวีและเรื่องราวของซามูไรหลายเรื่องเน้นเรื่องความรัก ความเห็นอกเห็นใจ และความเมตตา ซามูไรมักถูกมองว่าเป็นวีรบุรุษไม่เพียงแต่ในภาพยนตร์เท่านั้น แต่ยังรวมถึงสื่อยอดนิยมในรูปแบบต่างๆ รวมถึงการ์ตูนด้วย ตัวอย่างหนึ่งที่น่าสังเกตคือซีรีส์แอนิเมชันเรื่อง "Samurai Jack" ค่านิยมเหล่านี้เป็นส่วนสำคัญของวิถีชีวิตซามูไรและยังคงได้รับการเฉลิมฉลองในวัฒนธรรมญี่ปุ่นจนถึงทุกวันนี้

พิธีชงชาที่เรียบง่ายช่วยให้นักรบซามูไรตระหนักถึงความสำคัญของความเห็นอกเห็นใจตนเองและการดูแลตัวเอง การฝึกพิธีชงชาช่วยให้แต่ละคนปรับตัวเข้ากับชีวิตภายในของตนเองได้มากขึ้น และสามารถรับมือกับความท้าทายในชีวิตประจำวันได้ดีขึ้นด้วยความใจเย็นและความเห็นอกเห็นใจมากขึ้น

เทคนิคนี้จะช่วยให้นักรบในยุคปัจจุบันอย่างพวกเราได้ปลดปล่อยความกดดันที่มีต่อตัวเองและเพลิดเพลินไปกับช่วงเวลาปัจจุบันด้วยกลิ่นหอมของชาอย่างแน่นอน

เคารพ(เรย์)

"การรับประทานอาหารที่ดีเป็นรูปแบบหนึ่งของการเคารพตนเอง"

- คอลลีน ควิกลีย์

คุณตระหนักถึงสุขภาพของตัวเองหรือไม่?

- ☒ ฉันกินอาหารตรงเวลาหรือไม่?
- ☒ ฉันกินอาหารขยะหรืออาหารเพื่อสุขภาพหรือไม่?
- ☒ ไม่ว่าคุณจะกินอาหารด้วยการดูทีวีหรือบนมือถือ?
- ☒ ฉันมีความนับถือตนเองในการปฏิบัติต่อตนเองอย่างดีทั้งทางร่างกายและจิตใจหรือไม่?
- ☒ ฉันแสดงความเมตตาต่อร่างกายด้วยการกินและนอนให้ดีหรือไม่?
- ☒ ฉันพักผ่อนเพียงพอสำหรับวันนั้นหรือไม่?
- ☒ คุณแพ้อาหารชนิดใดเป็นพิเศษหรือไม่?
- ☒ คุณทานอาหารประเภทใดบ้าง?
- ☒ คุณมีความอยากอาหารบ้างไหม?
- ☒ คุณกินผักและผลไม้ควบคู่กับอาหารของคุณหรือไม่?

เราสามารถถามคำถามมากมายเกี่ยวกับสุขภาพของเราเองได้
คุณสามารถให้ของขวัญที่ยิ่งใหญ่ที่สุดชิ้นหนึ่งแก่ตัวเองได้   ซึ่งก็คือ   ความเคารพ
การเคารพตนเองเป็นสิ่งสำคัญมากเพราะคุณจะได้รู้จักตัวเองและปฏิบัติต่อตนเองด้วยความรัก
ความเคารพ   และความเอาใจใส่
การจัดการความต้องการของคุณถือเป็นสิ่งสำคัญต่อความเป็นอยู่ที่ดีของคุณและยังสามารถเตรียมคุณให้พร้อมสำหรับการดูแลผู้อื่นได้ดีขึ้นอีกด้วย คุณมีร่างกายเดียวและมันจะพาคุณผ่านช่วงเวลาที่ดีและไม่ดี
คุณสามารถเคารพตัวเองได้ด้วยการเคารพร่างกายของคุณ

เมื่อคุณเคารพตัวเองและร่างกายของคุณ
คุณจะถือว่าสิ่งที่คุณกินเป็นส่วนหนึ่งของกระบวนการเคารพตัวเอง
อาหารไม่ได้มีไว้สำหรับเชื้อเพลิงเท่านั้น   แต่ยังเพื่อความเพลิดเพลินของมนุษย์ด้วย

เนื่องจากอาหารใช้ประสาทรับรสและกลิ่นของเรา และเพิ่มความสุขให้สูงขึ้น สัมผัสและกลิ่นสองในห้ารวมกันเพื่อสร้างรสชาติและเครื่องเทศที่คุณลิ้มรสเมื่อคุณรับประทานอาหาร การรับประทานอาหารที่ดีมีบทบาทสำคัญในการกำหนดว่าคุณรู้สึกมีสุขภาพที่ดีทั้งทางร่างกายและจิตใจอย่างไร วิธีที่คุณกินสามารถส่งผลกระทบอย่างมากต่อความรู้สึกของคุณในแต่ละวัน โดยส่งผลต่อความเป็นอยู่ที่ดีทางอารมณ์ ระบบสนับสนุนทางสังคม ระดับความเครียด และความภาคภูมิใจในตนเอง

แต่นักรบผู้ยิ่งใหญ่อย่างซามูไรก็รับประทานอาหารซึ่งเป็นส่วนสำคัญของสุขภาพและความแข็งแรงโดยรวม เนื่องจากพวกเขาต้องการรักษาความแข็งแกร่งและความอดทนในการปฏิบัติหน้าที่ มาดูกันว่านักรบซามูไรเคารพตนเองและผู้อื่นอย่างไร
และช่วยพวกเขาในการดำเนินชีวิตในแต่ละวันอย่างไร

เคารพ(เรย์)

ความเคารพเป็นลักษณะพื้นฐานของปฏิสัมพันธ์ของมนุษย์ ซึ่งเป็นรากฐานสำคัญของความสัมพันธ์ที่กลมกลืนและความสามัคคีในสังคม ภายในขอบเขตของศิลปะการต่อสู้และวัฒนธรรมซามูไร หลักบูชิโด ซึ่งเป็นกรอบจริยธรรมโบราณของญี่ปุ่น ให้ความสำคัญอย่างยิ่งกับคุณค่าของการเคารพ ด้วยรากฐานของเกียรติยศ ความภักดี และระเบียบวินัย บูชิโดปลูกฝังความเข้าใจอันลึกซึ้งเกี่ยวกับการเคารพในฐานะที่เป็นทั้งคุณธรรมที่ต้องปลูกฝังและเป็นหน้าที่ที่ต้องยึดถือ

เป็นทัศนคติของการชื่นชมและนับถือผู้อื่นอย่างลึกซึ้ง โดยมีรากฐานมาจากความเข้าใจถึงคุณค่า ศักดิ์ศรี และคุณค่าที่แท้จริงของพวกเขา
ความเคารพในหลักปฏิบัติบูชิโดครอบคลุม ไม่เพียงแต่ความเคารพต่อผู้บังคับบัญชาหรือผู้อาวุโสเท่านั้น แต่ยังรวมถึงบุคคลทุกคน โดยไม่คำนึงถึงสถานะทางสังคมหรือภูมิหลัง

เคารพในแบบซามูไร

สำหรับซามูไร ความเคารพไม่ได้เป็นเพียงเรื่องของความสุภาพหรือความสุภาพเท่านั้น มันเป็นลักษณะพื้นฐานของอัตลักษณ์และวิถีชีวิตของพวกเขา พวกเขาเชื่อว่าการแสดงความเคารพต่อผู้อื่นเป็นการยึดมั่นในคุณค่าของบูชิโด และแสดงให้เห็นถึงความเข้มแข็งและวินัยของตนเอง

ความเคารพยังเชื่อมโยงอย่างใกล้ชิดกับความภักดีและการเชื่อฟัง
ซามูไรถูกคาดหวังให้ภักดีต่อเจ้านายและปฏิบัติตามคำสั่งของเขาโดยไม่มีคำถาม
สิ่งนี้ต้องอาศัยความไว้วางใจและความเคารพอย่างมากระหว่างลอร์ดและซามูไรของเขา
ตลอดจนความรู้สึกซื่อสัตย์อย่างลึกซึ้งในส่วนของซามูไร

นอกเหนือจากการเคารพผู้บังคับบัญชาแล้ว ซามูไรยังถูกคาดหวังให้แสดงความเคารพต่อเพื่อนนักรบ
แม้กระทั่งศัตรูของพวกเขาด้วย นี่หมายถึงการปฏิบัติต่อพวกเขาด้วยความสุภาพและให้เกียรติ
แม้อยู่ท่ามกลางการต่อสู้ ความเคารพเป็นรากฐานสำคัญของวัฒนธรรมซามูไร
และมีบทบาทสำคัญในการกำหนดอัตลักษณ์ของพวกเขาในฐานะนักรบและสมาชิกของสังคม

นักรบซามูไรเข้าใจถึงความสำคัญของวินัยทางร่างกายและจิตใจ
เนื่องจากสิ่งนี้ส่งผลโดยตรงต่อความสามารถในการปฏิบัติหน้าที่ของตน ด้วยการฝึกการกินอย่างมีสติ
แต่ละบุคคลสามารถพัฒนาความเข้าใจที่ลึกซึ้งยิ่งขึ้นเกี่ยวกับคุณสมบัติในการบำรุงของอาหาร
ส่งเสริมความเคารพต่อบทบาทในการรักษาสุขภาพและความแข็งแรง

วิถีชีวิตที่มีสุขภาพดีของซามูไร

ความแกร่งของนักรบซามูไรนั้นเกิดจากการฝึกฝนทั้งทางร่างกายและจิตใจอย่างเข้มข้น
วิถีชีวิตอันสูงส่งของพวกเขาทำให้พวกเขาแข็งแรงและมีสุขภาพดี
ยกเว้นรอยแผลเป็นจากการต่อสู้ที่ดุเดือด ซามูไรทานอาหารวันละ 2 มื้อ และนอนหลับ 8 ชั่วโมงทุกวัน
โดยเฉพาะอย่างยิ่งการรับประทานอาหารตามธรรมชาติเป็นส่วนสำคัญอย่างยิ่งในชีวิตของซามูไร
การกินเพื่อสุขภาพเป็นสิ่งจำเป็นเพื่อรักษาร่างกายให้พร้อมสำหรับการต่อสู้ในสนามรบ

อาหารของซามูไรนั้นเรียบง่ายแต่มีคุณค่าทางโภชนาการ ประกอบด้วยข้าวกล้อง ผัก ซุปมิโซะ
อาหารทะเล และชาเป็นหลัก การลดน้ำหนักนี้ช่วยให้พวกเขารักษาความแข็งแกร่งและความอดทน
ซึ่งจำเป็นสำหรับบทบาทของพวกเขาในฐานะนักรบชั้นยอด
การควบคุมอาหารให้เรียบง่ายที่สุดเท่าที่จะเป็นไปได้คือหนึ่งในปัจจัยสำคัญในการรักษาสุขภาพของคุ
ณ

ซามูไรมักจะกินเพื่อโภชนาการและไม่เคยกินเพื่อลิ้มรส
ซามูไรมีนิสัยการกินที่โดดเด่นซึ่งสะท้อนถึงสถานะทางสังคมและความเชื่อทางวัฒนธรรม
ในฐานะสมาชิกของชนชั้นนักรบ
ซามูไรถูกคาดหวังให้ปฏิบัติตามกฎเกี่ยวกับอาหารและมารยาทในการรับประทานอาหาร

พวกเขาถูกคาดหวังให้รับประทานอาหารมังสวิรัติเป็นส่วนใหญ่ โดยเน้นไปที่ข้าว ผัก และอาหารทะเล

ซามูไรยังให้ความสำคัญกับการนำเสนอและการเตรียมอาหารเป็นอย่างมาก
อาหารถูกเสิร์ฟในลักษณะพิธีการ โดยเน้นการนำเสนอที่สวยงามและการใช้เครื่องใช้บนโต๊ะอาหารอย่างดี นอกจากนี้ ซามูไรยังให้ความสำคัญกับการใช้วัตถุดิบที่สดใหม่และมีคุณภาพสูง และมักจะปลูกผักและผลไม้ของตนเองในสวน

นอกเหนือจากคุณธรรมส่วนตัวเหล่านี้แล้ว
ซามูไรยังเชื่อในความสำคัญของการเคารพต่อโลกธรรมชาติและอาณาจักรแห่งจิตวิญญาณด้วย
พวกเขามองว่าตนเองเป็นส่วนหนึ่งของระเบียบจักรวาลที่ใหญ่กว่า
และพวกเขาเชื่อว่าด้วยการเคารพทุกแง่มุมของระเบียบนี้
พวกเขาสามารถบรรลุถึงความสามัคคีและความสมดุลในชีวิตของพวกเขา

นิสัยการกินของซามูไรสะท้อนถึงสถานะทางสังคมและความเชื่อทางวัฒนธรรม
โดยเน้นการควบคุมตนเอง การนำเสนอที่สวยงาม
และการมุ่งเน้นไปที่วัตถุดิบที่สดใหม่และมีคุณภาพสูง
ซามูไรพยายามที่จะปลูกฝังความรู้สึกความสามัคคีภายในและการมีสติผ่านนิสัยการกินและการปฏิบัติ ซึ่งถือได้ว่าจำเป็นต่อบทบาทของพวกเขาในฐานะนักรบและผู้นำ

การทำสมาธิเรื่องอาหารตามมาใน ZEN

การรับประทานอาหารสามารถฝึกได้ในรูปแบบของการทำสมาธิแบบเซน
โดยเน้นไปที่การมีสติและการปรากฏตัวในขณะนี้ การปฏิบัตินี้เรียกว่า "การกินอย่างมีสติ" และเกี่ยวข้องกับการให้ความสนใจอย่างใกล้ชิดกับประสบการณ์ทางประสาทสัมผัสในการรับประทานอาหาร รวมถึงรสชาติ เนื้อสัมผัส และกลิ่นของอาหาร

นิสัยการกินเป็นส่วนสำคัญของการฝึกเซน
เนื่องจากนิสัยเหล่านี้สามารถส่งผลต่อความเป็นอยู่ที่ดีทางร่างกาย จิตใจ และจิตวิญญาณของบุคคลได้ ในเซน การมุ่งเน้นไปที่การกินอย่างมีสติและด้วยความกตัญญู นี่หมายถึงการใช้เวลาชื่นชมอาหารที่กำลังรับประทานและแสดงให้เต็มที่ในขณะรับประทานอาหาร ผู้ปฏิบัติเซนมักจะรับประทานอาหารในความเงียบ เนื่องจากจะช่วยให้มีสมาธิและส่งเสริมความรู้สึกสงบภายใน

อาหารเซนนั้นเรียบง่ายและเน้นอาหารจากธรรมชาติทั้งมื้อ ผัก ผลไม้ ธัญพืช พืชตระกูลถั่ว และถั่วต่างๆ ล้วนถือเป็นอาหารที่บำรุงสุขภาพและความเป็นอยู่ที่ดี อาหารแปรรูป น้ำตาลทรายขาวบริสุทธิ์ และส่วนผสมเทียมมักหลีกเลี่ยง เนื่องจากเชื่อกันว่าเป็นอันตรายต่อร่างกายและจิตใจ

เซนยังเน้นความพอประมาณในการรับประทานอาหาร แทนที่จะดื่มด่ำกับอาหารมื้อใหญ่และฟุ่มเฟือย ผู้ปฏิบัติเซนตั้งเป้าที่จะรับประทานอาหารให้เพียงพอเพื่อสนองความหิวและบำรุงร่างกาย ซึ่งจะช่วยป้องกันการกินมากเกินไปซึ่งอาจนำไปสู่ความรู้สึกไม่สบายทางกายภาพและความรู้สึกไม่สบายใจ

นอกเหนือจากนิสัยการกินเหล่านี้แล้ว เซนยังส่งเสริมการฝึกความกตัญญูและความมีน้ำใจในเรื่องอาหารด้วย ผู้ปฏิบัติงานได้รับการสนับสนุนให้ชื่นชมความพยายามและทรัพยากรในการผลิตอาหารที่พวกเขากินและแบ่งปันอาหารกับผู้อื่นเพื่อเป็นการส่งเสริมความเมตตาและความเมตตา

จุดมุ่งหมายหลักของเซนคือการกินอาหารให้ช้าที่สุดเท่าที่จะทำได้ ลิ้มรสอาหารแต่ละคำ และหายใจลึกๆ ระหว่างแต่ละคำ นิสัยการกินแบบเซนเป็นเรื่องเกี่ยวกับการปลูกฝังสติและความกตัญญูเมื่อต้องรับประทานอาหาร ด้วยการเลือกอาหารจากธรรมชาติที่มีคุณค่าทางโภชนาการและการรับประทานอาหารในปริมาณที่พอเหมาะ ผู้ฝึกปฏิบัติเซนสามารถส่งเสริมสุขภาพกาย ความชัดเจนของจิตใจ และความเป็นอยู่ที่ดีทางจิตวิญญาณ

การทำสมาธิอาหารตามด้วยซามูไร

การรับประทานอาหารถือเป็นส่วนสำคัญของชีวิตประจำวัน และมักมาพร้อมกับพิธีกรรมและพิธีกรรมในวัฒนธรรมซามูไร มื้ออาหารเป็นเวลาสำหรับการไตร่ตรอง การสนทนา และความสนิทสนมกัน และถูกมองว่าเป็นโอกาสในการปลูกฝังความแข็งแกร่งทางร่างกายและจิตใจ

อาหารสามารถมองได้ว่าเป็นรูปแบบหนึ่งของการทำสมาธิสำหรับซามูไรได้หลายวิธี ประการแรก ซามูไรให้ความสำคัญกับการมีสติและการอยู่กับปัจจุบันอย่างเต็มที่ เมื่อเตรียมและบริโภคอาหาร พวกเขาจะมุ่งความสนใจไปที่งานที่ทำอยู่และใช้ประสาทสัมผัสทั้งหมดของตน การมีสติและอยู่กับปัจจุบันนี้ถือได้ว่าเป็นรูปแบบหนึ่งของการทำสมาธิ

ประการที่สอง
ซามูไรตระหนักดีถึงความสำคัญของโภชนาการและผลกระทบที่มีต่อความเป็นอยู่ที่ดีทั้งทางร่างกายและจิตใจ พวกเขาเชื่อว่าอาหารไม่ได้เป็นเพียงแหล่งยังชีพเท่านั้น แต่ยังเป็นยารูปแบบหนึ่งที่สามารถรักษาและบำรุงร่างกายได้อีกด้วย พวกเขาจึงใส่ใจในการเลือกและเตรียมอาหารที่มีคุณค่าทางโภชนาการและมีประโยชน์ต่อสุขภาพเป็นอย่างมาก การคำนึงถึงสิ่งที่พวกเขากินเข้าไปและสิ่งที่จะส่งผลต่อร่างกายของพวกเขาก็ถือได้ว่าเป็นรูปแบบหนึ่งของการทำสมาธิเช่นกัน

สุดท้ายนี้ ซามูไรยังมองว่าอาหารเป็นวิธีเชื่อมโยงกับธรรมชาติและชื่นชมความงามของมัน พวกเขาเชื่อว่าอาหารเป็นของขวัญจากโลกและควรได้รับความเคารพและทะนุถนอม ดังนั้นพวกเขาจึงมักจะใส่ส่วนผสมตามฤดูกาลและรสชาติตามธรรมชาติเข้าไปในมื้ออาหารของพวกเขา และพวกเขาจะใช้เวลาชื่นชมสีสัน เนื้อสัมผัส และกลิ่นของอาหารที่พวกเขาเตรียมไว้ การเชื่อมโยงกับธรรมชาติและชื่นชมความงามของธรรมชาตินี้ถือได้ว่าเป็นการทำสมาธิรูปแบบหนึ่ง

อาหารถือได้ว่าเป็นรูปแบบหนึ่งของการทำสมาธิสำหรับซามูไร เพราะมันทำให้พวกเขามีสติและอยู่กับปัจจุบัน บำรุงร่างกายและจิตใจ และช่วยให้พวกเขาเชื่อมต่อกับธรรมชาติและชื่นชมความงามของมัน

โดยเน้นความสำคัญของการอยู่กับปัจจุบัน
การใส่ใจกับประสบการณ์ทางประสาทสัมผัสในการรับประทานอาหาร
และชื่นชมความสุขที่เรียบง่ายของการบำรุงร่างกาย

อาจารย์เซนและชายหนุ่ม

ครั้งหนึ่งมีปรมาจารย์เซนผู้ได้รับความเคารพนับถืออย่างสูงในเรื่องสติปัญญาและคำสอนของเขา วันหนึ่ง มีชายหนุ่มคนหนึ่งมาทูลถามว่า "พระอาจารย์ ข้าพเจ้าได้ยินมาว่าท่านเป็นอาจารย์ที่เก่งมาก คุณช่วยสอนฉันถึงวิธีการได้รับความเคารพจากผู้อื่นได้ไหม"

ปรมาจารย์เซนมองดูชายหนุ่มแล้วพูดว่า "ความเคารพไม่ใช่สิ่งที่ได้มาโดยการบังคับหรือการบงการ มันจะต้องได้รับจากการกระทำและตัวละครของคุณ"

ชายหนุ่มสับสนและขอให้อาจารย์อธิบาย พระอาจารย์เซนจึงพาชายหนุ่มไปที่สวนใกล้ ๆ และแสดงพุ่มกุหลาบที่สวยงามให้เขาดู เขาขอให้ชายหนุ่มเด็ดดอกไม้จากพุ่มไม้ ชายหนุ่มทำตามที่เขาบอกและเด็ดดอกไม้ที่สวยงามที่สุดเท่าที่เขาหาได้

อาจารย์เซนจึงขอให้ชายหนุ่มนำดอกไม้กลับเข้าไปในพุ่มไม้ ชายหนุ่มสับสนและถามว่าทำไมต้องเก็บดอกไม้คืนทั้งๆ ที่เด็ดไปแล้ว พระศาสดาตรัสตอบว่า "ความเคารพก็เหมือนดอกไม้นี้ เมื่อถอนออกก็จะสูญเสียความสวยงามและคุณค่าของมันไป แต่เมื่อทิ้งไว้บนพุ่มไม้ มันก็จะเติบโตและเบ่งบานต่อไป และผู้คนต่างเคารพในความสวยงามและความแข็งแกร่งของมัน"

ชายหนุ่มตระหนักถึงภูมิปัญญาในคำพูดของปรมาจารย์เซน และเข้าใจว่าจะต้องได้รับความเคารพจากการกระทำและอุปนิสัยของเรา เขาออกจากการปรากฏตัวของปรมาจารย์เซนด้วยความเคารพต่อสิ่งมีชีวิตทุกชนิดที่เพิ่งค้นพบ

เซนและการเคารพตนเอง

การเคารพตนเองสอนถึงความสำคัญของการยอมรับตนเองอย่างที่เป็น โดยไม่ต้องตัดสินหรือประณามตนเอง บุคคลสามารถพัฒนาความรู้สึกเคารพตนเอง โดยยอมรับการยอมรับตนเอง โดยยอมรับถึงความมีค่าควรและคุณค่าของตนในฐานะมนุษย์ การยอมรับนี้ไม่ได้ขึ้นอยู่กับความสำเร็จหรือเงื่อนไขภายนอก แต่เกิดขึ้นจากการรับรู้ถึงลักษณะสำคัญของบุคคล

การมีส่วนร่วมในการปฏิบัติต่างๆ เช่น การทำสมาธิ การมีสติ และการไตร่ตรองตนเอง ช่วยให้บุคคลสามารถเชื่อมโยงกับความต้องการภายในของตนเอง และดำเนินขั้นตอนเชิงรุกเพื่อเลี้ยงดูตนเอง ด้วยการมีส่วนร่วมในการดูแลตัวเองอย่างมีสติ แต่ละบุคคลจะแสดงความเคารพตนเองโดยให้ความสำคัญกับความเป็นอยู่ที่ดีทั้งทางร่างกาย จิตใจ และอารมณ์

ช่วยในการโอบรับช่วงเวลาปัจจุบันและยอมรับตนเองตามที่เป็นอยู่ และแต่ละบุคคลสามารถพัฒนาความรู้สึกเคารพตนเองได้โดยไม่ขึ้นอยู่กับการเปรียบเทียบหรือการตัดสินจากภายนอก สิ่งนี้ทำให้เข้าใจการเดินทางและเส้นทางที่เป็นเอกลักษณ์ของตัวเองอย่างลึกซึ้งยิ่งขึ้น

ความเคารพต่อคนรุ่นปัจจุบัน

ความเคารพเป็นส่วนสำคัญของจรรยาบรรณของซามูไร และยังคงเป็นคุณสมบัติที่สำคัญสำหรับคนรุ่นปัจจุบัน ด้วยการใช้หลักการเคารพต่อแนวทางอาหาร คุณสามารถปลูกฝังความสัมพันธ์ที่ดีต่อสุขภาพกับการรับประทานอาหารและยกระดับความเป็นอยู่โดยรวมของคุณได้

กำหนดตารางการรับประทานอาหารเป็นประจำและจัดลำดับความสำคัญมื้ออาหารของคุณ วางแผนวันของคุณเพื่อให้แน่ใจว่าคุณมีเวลาทุ่มเทในการดูแลตัวเองโดยไม่ต้องเร่งรีบหรือข้ามมื้ออาหาร

พยายามตัดสินใจเลือกอย่างมีสติและจัดลำดับความสำคัญของอาหารทั้งมื้อที่มีคุณค่าทางโภชนาการมากกว่าอาหารขยะ พิจารณาผลกระทบของการเลือกอาหารที่มีต่อความเป็นอยู่ที่ดีทั้งทางร่างกายและจิตใจ และเลือกรับประทานอาหารที่สมดุลซึ่งประกอบด้วยผลไม้ ผัก โปรตีนไร้ไขมัน และธัญพืชไม่ขัดสี

ฝึกรับประทานอาหารโดยไม่มีสิ่งรบกวน เช่น ดูทีวี หรือใช้โทรศัพท์มือถือ ให้ความสนใจอย่างเต็มที่กับท่าทางการกิน การลิ้มรสอาหารแต่ละคำ และตระหนักถึงรสชาติและเนื้อสัมผัส สิ่งนี้ส่งเสริมการเชื่อมโยงที่ลึกซึ้งยิ่งขึ้นกับอาหารของคุณ และเพิ่มความเพลิดเพลินของประสบการณ์การรับประทานอาหาร

ปฏิบัติต่อตนเองอย่างดีทั้งทางร่างกายและจิตใจด้วยการเคารพตนเอง ซึ่งรวมถึงการกำหนดขอบเขต จัดลำดับความสำคัญของกิจกรรมการดูแลตนเอง และการดูแลความเป็นอยู่โดยรวมของคุณ มีส่วนร่วมในกิจกรรมที่ทำให้คุณมีความสุข ฝึกฝนความเห็นอกเห็นใจในตนเอง และแสวงหาการเติบโตส่วนบุคคล

แสดงความเมตตาต่อร่างกายด้วยการบำรุงด้วยอาหารเพื่อสุขภาพและพักผ่อนให้เพียงพอ จัดลำดับความสำคัญของการนอนหลับพักผ่อนให้เพียงพอเพื่อสนับสนุนสุขภาพกายและสุขภาพจิตของคุณ สร้างกิจวัตรการนอนหลับอย่างสม่ำเสมอ สร้างสภาพแวดล้อมที่ผ่อนคลาย และฝึกนิสัยด้านสุขอนามัยการนอนหลับที่ดีเพื่อให้แน่ใจว่าคุณจะได้พักผ่อนตามที่ต้องการ

พยายามรักษาสมดุลอาหารซึ่งรวมถึงผักและผลไม้หลากหลายชนิด รวมไว้ในมื้ออาหารของคุณเพื่อเป็นแหล่งวิตามิน แร่ธาตุ และไฟเบอร์ที่จำเป็น ตั้งเป้าให้มีจานหลากสีสันที่แสดงถึงกลุ่มอาหารต่างๆ

การให้ความสำคัญกับความเคารพของซามูไรสามารถใช้เป็นบทเรียนอันมีค่าสำหรับคนรุ่นปัจจุบันได้ นักรบซามูไรฝึกการกินอย่างมีสติโดยใช้การทำสมาธิด้วยอาหาร
เพื่อให้พวกเขาสามารถรักษาความเคารพต่อร่างกาย สุขภาพ
และความสามารถในการตัดสินใจเลือกอย่างชาญฉลาดเกี่ยวกับการบำรุงเลี้ยง
ด้วยการผสมผสานแนวทางปฏิบัติในการรับประทานอาหารอย่างมีสติในชีวิตประจำวันของเรา
แต่ละบุคคลสามารถยกระดับความเป็นอยู่โดยรวม ส่งเสริมความสัมพันธ์ที่ดีต่อสุขภาพกับอาหาร
และปลูกฝังความรู้สึกขอบคุณและการเชื่อมโยงกันมากขึ้น

ความซื่อสัตย์

(มาโกโตะ)

"การเป็นผู้นำด้วยความซื่อสัตย์และความเห็นอกเห็นใจจำเป็นต้องมีวิสัยทัศน์และการเชื่อมโยงกับตัวตนที่ลึกที่สุดของคุณ"

- คาร์ลา แม็คลาเรน

คุณใช้ชีวิตด้วยความซื่อสัตย์ต่อตัวเองหรือเปล่า?

- ความซื่อสัตย์ในตนเองส่งผลต่อความสามารถของเราในการออกกำลังกายเป็นประจำอย่างไร?
- อะไรคืออุปสรรคทั่วไปในการรักษาความซื่อสัตย์ในตนเองเมื่อต้องออกกำลังกาย?
- เราจะจัดเป้าหมายและกิจวัตรการออกกำลังกายให้สอดคล้องกับค่านิยมและลำดับความสำคัญส่วนบุคคลของเราได้อย่างไร
- เราจะปลูกฝังความรู้สึกตระหนักรู้ในตนเองและมีสติเมื่อพูดถึงนิสัยและกิจวัตรการออกกำลังกายของเราได้อย่างไร
- เราสามารถใช้กลยุทธ์ใดเพื่อรักษาแรงบันดาลใจและสอดคล้องกับกิจวัตรการออกกำลังกายของเรา แม้ว่าจะต้องเผชิญกับความพ่ายแพ้หรืออุปสรรคก็ตาม
- เราจะสร้างสมดุลระหว่างความปรารถนาในการพัฒนาตนเองและความสำเร็จในกิจวัตรการออกกำลังกายของเราด้วยความเห็นอกเห็นใจในตนเองและการยอมรับได้อย่างไร
- เราจะแน่ใจได้อย่างไรว่านิสัยและกิจวัตรการออกกำลังกายของเรานั้นยั่งยืนและส่งเสริมสุขภาพและความเป็นอยู่ที่ดีในระยะยาว
- ความซื่อสัตย์ในตนเองส่งผลต่อสุขภาพกายและสุขภาพจิตของเราอย่างไร?
- เราจะปลูกฝังความรู้สึกรับผิดชอบและความรับผิดชอบในกิจวัตรการออกกำลังกายของเราในขณะเดียวกันก็มีความยืดหยุ่นและปรับตัวให้เข้ากับสถานการณ์ที่เปลี่ยนแปลงได้อย่างไร
- ความคิดและความเชื่อของเราเกี่ยวกับการออกกำลังกายส่งผลต่อความสามารถของเราในการรักษาความซื่อสัตย์ในตนเองและบรรลุเป้าหมายอย่างไร

หลายๆ คนไม่ปฏิบัติตามกิจวัตรการออกกำลังกายเนื่องจากมีตารางงานที่ยุ่ง นอกจากนี้ ผู้คนไม่เห็นผลหลังจากทำกิจวัตรประจำวัน และพวกเขาก็ตั้งเป้าหมายใหญ่ในขั้นตอนการฝึกซ้อมด้วย พวกเขาท้อแท้เมื่อไม่สามารถบรรลุเป้าหมายได้

ความซื่อสัตย์ในตนเองมีบทบาทสำคัญในการออกกำลังกายและสมรรถภาพทางกาย มันเกี่ยวข้องกับการยึดมั่นในค่านิยมและความเชื่อส่วนบุคคลของเรา

และการรักษาความรู้สึกสม่ำเสมอและความซื่อสัตย์ในนิสัยและกิจวัตรการออกกำลังกายของเรา การออกกำลังกายอาจดูเหมือนเป็นไปไม่ได้เมื่อคุณพบกิจวัตรที่เหมาะกับบุคลิกและไลฟ์สไตล์ของคุณแล้ว คุณอาจพบว่าตัวเองตั้งตารอที่จะออกกำลังกาย มาดูกันว่านักรบซามูไรจัดการความฟิตในแต่ละวันได้อย่างไร

ความซื่อสัตย์(มาโกโตะ)

ความซื่อสัตย์หมายถึงคุณภาพของการเป็นคนซื่อสัตย์ จริงใจ และรักษาการยึดมั่นในหลักศีลธรรมอย่างสม่ำเสมอ ความซื่อสัตย์เป็นรากฐานของหลักปฏิบัติบูชิโด ซึ่งทำหน้าที่เป็นหลักการชี้นำสำหรับนักรบซามูไร เป็นคุณธรรมพื้นฐานในหลักปฏิบัติบูชิโด โดยเน้นถึงความสำคัญของการรักษาคำพูด การกระทำด้วยความจริงใจ และการรักษาความรู้สึกให้เกียรติอย่างแรงกล้า

ความซื่อสัตย์สุจริตในหลักปฏิบัติบูชิโดมีความเกี่ยวพันอย่างลึกซึ้งกับการยึดมั่นในหลักการสำคัญของหลักปฏิบัติดังกล่าว ซามูไรที่มีความซื่อสัตย์ได้รวมหลักการเหล่านี้ไว้ในความประพฤติของตน โดยมุ่งมั่นที่จะรักษามาตรฐานสูงสุดด้านศีลธรรมและพฤติกรรมทางจริยธรรมอย่างต่อเนื่อง คำมั่นสัญญาของพวกเขาต่อหลักธรรมเหล่านี้ทำให้การกระทำของพวกเขาได้รับการนำทางด้วยความซื่อสัตย์สุจริตและความชอบธรรม

ซามูไรถูกคาดหวังให้แสดงวินัยทั้งความคิด การกระทำ และอารมณ์ ด้วยความมีวินัยในตนเอง พวกเขารักษาความซื่อสัตย์โดยละเว้นจากพฤติกรรมหุนหันพลันแล่นหรือไร้เกียรติ การเน้นเรื่องวินัยในตนเองนี้ปลูกฝังความรู้สึกมีเกียรติและความซื่อสัตย์ในชีวิตประจำวันของพวกเขา

ความซื่อสัตย์ในวิถีซามูไร

การออกกำลังกายทางร่างกายและจิตใจทำหน้าที่เป็นเครื่องมือสำหรับซามูไรในการรักษาความซื่อสัตย์ ปลูกฝังวินัยในตนเอง และสร้างจิตวิญญาณที่ยืดหยุ่น ด้วยการฝึกฝนอย่างทุ่มเทและการแสวงหาความเชี่ยวชาญทางกายภาพ ซามูไรได้พัฒนาสมรรถภาพทางกาย ความชัดเจนทางจิต และความมุ่งมั่นอย่างแน่วแน่ต่อหลักปฏิบัติของพวกเขา แบบฝึกหัดเหล่านี้ได้รับการออกแบบมาเพื่อปรับปรุงความแข็งแกร่ง ความอดทน ความคล่องตัว ความสมดุล และสมาธิ ซึ่งจำเป็นต่อความสามารถในการแสดงทั้งในและนอกสนามรบ

ซามูไรเข้าใจว่าความกล้าหาญทางกายภาพมีความสำคัญต่อบทบาทของพวกเขาในฐานะนักรบ พวกเขาอุทิศตนเพื่อการฝึกร่างกายอย่างเข้มงวด ครอบคลุมกิจกรรมต่างๆ เช่น เคนจุสึ (การใช้ดาบ) คิวจุสึ (การยิงธนู) ศิลปะการต่อสู้ และอื่นๆ ด้วยความมุ่งมั่นที่จะเชี่ยวชาญวินัยเหล่านี้ ซามูไรได้พัฒนาความรู้สึกที่ลึกซึ้งในเรื่องระเบียบวินัย ความแข็งแกร่งทางจิตใจ และความสมบูรณ์ทางร่างกาย

ร่างกายที่ฟิตสมบูรณ์แปลเป็นจิตใจที่ดี ทำให้พวกเขายังคงมีสมาธิ ตื่นตัว และเฉียบแหลมทางจิตใจ ความกลมกลืนทางร่างกายและจิตใจมีความสำคัญอย่างยิ่งต่อการรักษาความซื่อสัตย์ทั้งในและนอกสนามรบ ด้วยการรักษาหลักการแห่งความซื่อสัตย์ พวกเขาได้รับความไว้วางใจและความเคารพจากสหายและฝ่ายตรงข้าม

ซามูไรปฏิบัติตามแผนการฝึกที่เข้มงวด โดยปฏิบัติตามกิจวัตรที่มีโครงสร้างพร้อมทั้งอุทิศตนอย่างแน่วแน่ ความท้าทายทางกายภาพที่พวกเขาเผชิญระหว่างการฝึกอบรมส่งเสริมความยืดหยุ่นทางจิต ทำให้พวกเขาเอาชนะอุปสรรคและแสดงให้เห็นถึงความมุ่งมั่นอย่างแน่วแน่ต่อรหัสของพวกเขา

ซามูไรมีส่วนร่วมในการทำสมาธิ การฝึกหายใจเข้าลึกๆ และรูปแบบศิลปะการต่อสู้ที่ผสมผสานการเคลื่อนไหวทางกายภาพเข้ากับการมุ่งเน้นทางจิตและการเชื่อมโยงทางจิตวิญญาณ แนวทางปฏิบัติเหล่านี้หล่อเลี้ยงความรู้สึกสงบภายใน การตระหนักรู้ในตนเอง และสอดคล้องกับหลักปฏิบัติ เพิ่มความซื่อสัตย์สุจริตในขณะที่ผสมผสานจิตใจ ร่างกาย และจิตวิญญาณเข้าด้วยกัน

ซามูไรและการออกกำลังกายของพวกเขา

ซามูไรมีชื่อเสียงในด้านความกล้าหาญทางร่างกายและการฝึกฝนที่เข้มงวด ซึ่งจำเป็นสำหรับการปฏิบัติหน้าที่ในฐานะนักรบ การฝึกออกกำลังกายบางอย่างเป็นเรื่องยากอย่างไม่น่าเชื่อ ซึ่งต้องใช้ความอดทนทั้งทางร่างกายและจิตใจอย่างมาก

ไอเอโด้

การทำสมาธิด้วยดาบหรือที่เรียกว่า "ไออิโดะ" เป็นศิลปะการต่อสู้แบบญี่ปุ่นที่เน้นการใช้ดาบ โดยมุ่งเน้นไปที่การฝึกวาด ตัด และปลอกดาบด้วยดาบญี่ปุ่น (คาตานะ) ตลอดจนเทคนิคการทำสมาธิเพื่อปลูกฝังจิตใจที่สงบและมีสมาธิ

คาตานะเหล่านี้ฝึกเดี่ยว โดยผู้ฝึกปฏิบัติเทคนิคต่างๆ ในการเคลื่อนไหวที่แม่นยำและควบคุมได้ ถือเป็น "ทาง" หรือ "เส้นทาง" มากกว่ากีฬา และเน้นการพัฒนาวินัย การโฟกัส และการควบคุมจิตใจและร่างกาย

สิ่งสำคัญประการหนึ่งของ iaido คือการเน้นที่การมีสติและการอยู่กับปัจจุบัน ผู้ฝึกหัดได้รับการสนับสนุนให้มุ่งความสนใจไปที่ช่วงเวลาปัจจุบันและปลูกฝังสภาวะจิตใจที่สงบและมีสมาธิ

การฝึกสมาธิด้วยดาบและการทำสมาธิแบบซามูไรยังคงมีอยู่ในญี่ปุ่นจนทุกวันนี้ และผู้คนจำนวนมากทั่วโลกศึกษาวินัยเหล่านี้เพื่อประโยชน์ทางร่างกาย จิตใจ และจิตวิญญาณ เอียโดเป็นศิลปะการต่อสู้ที่เน้นผู้ฝึกให้มีสมาธิ มีระเบียบวินัย และมีสติ รวมถึงพัฒนาสมรรถภาพทางกายและทักษะการป้องกันตัว

คินฮิน

คินฮินหรือการทำสมาธิแบบเดินยัง ได้รับการฝึกฝนโดยซามูไรในยุคศักดินาของญี่ปุ่นเพื่อเป็นการปลูกฝังสติ การมุ่งเน้น และระเบียบวินัย ซามูไรมักจะรวมคินฮินเข้ากับการฝึกศิลปะการต่อสู้

โดยใช้เป็นวิธีการพัฒนาการรับรู้และการควบคุมร่างกายของพวกเขาให้มากขึ้น เป็นการฝึกเจริญสติ โดยผู้ปฏิบัติจะเดินช้าๆ มีสติ ใส่ใจทุกย่างก้าวและลมหายใจ มักได้รับการฝึกฝนเป็นส่วนหนึ่งของการทำสมาธิแบบเซน แต่ก็สามารถทำได้ด้วยตัวเองเช่นกันเพื่อเป็นการปลูกฝังความตระหนักรู้และความสงบภายใน

ในช่วงคินฮิน ซามูไรมักจะเดินช้าๆ และจงใจ โดยมุ่งความสนใจไปที่ลมหายใจและความรู้สึกที่เท้าและขา ด้วยการทำเช่นนั้น พวกเขาสามารถปลูกฝังการรับรู้ถึงร่างกายและการเคลื่อนไหวของพวกเขาได้มากขึ้น ซึ่งจำเป็นสำหรับการฝึกศิลปะการต่อสู้ของพวกเขา

คินฮินยังถูกมองว่าเป็นวิธีการพัฒนาความชัดเจนและสมาธิทางจิต ซึ่งจำเป็นสำหรับความสามารถของซามูไรในการสงบสติอารมณ์และสงบสติอารมณ์ในการสู้รบ ด้วยการฝึกฝนคินฮินเป็นประจำ ซามูไรสามารถปลูกฝังความรู้สึกสงบและสมาธิภายในที่แข็งแกร่ง ซึ่งช่วยให้พวกเขาคงอยู่ตรงกลางและปรากฏตัวแม้ในศึกที่ดุเดือด ด้วยการมุ่งเน้นไปที่แต่ละย่างก้าวและลมหายใจ ผู้ฝึกหัดซามูไรจะสามารถควบคุมการเคลื่อนไหวและอารมณ์ของตนเองได้มากขึ้น ซึ่งจะมีประโยชน์ทั้งในบริบทการต่อสู้และไม่ใช่การต่อสู้

นอกจากนี้ การฝึกเดินสมาธิสามารถช่วยให้ผู้ฝึกซามูไรเชื่อมโยงกับช่วงเวลาปัจจุบันได้มากขึ้น ซึ่งจำเป็นสำหรับการตัดสินใจอย่างมีประสิทธิภาพและปฏิกิริยาที่รวดเร็วในสถานการณ์การต่อสู้

คินฮินเป็นส่วนสำคัญของการฝึกฝนและการฝึกฝนจิตวิญญาณของซามูไร และถูกมองว่าจำเป็นต่อการพัฒนาของพวกเขาในฐานะนักศิลปะการต่อสู้และรายบุคคล การฝึกคินฮินช่วยให้ซามูไรมีสติ สมาธิ และวินัย ซึ่งเป็นคุณสมบัติสำคัญต่อความสำเร็จทั้งในและนอกสนามรบ

ซามูไรเดิน

ซามูไรเป็นที่รู้จักในเรื่องวินัยและสติในทุกด้านของชีวิต รวมถึงการเดินด้วย พวกเขามักจะฝึกเดินอย่างช้าๆ และตั้งใจ ซึ่งเรียกว่า "การเดินซามูไร"

หรือ "การเดินของซามูไร" เป็นวิธีการพัฒนาท่าทาง ความสมดุล และการปรากฏตัว

การเดินของซามูไรเป็นวิธีการเดินที่ออกแบบมาเพื่อให้ซามูไรสามารถเคลื่อนไหวได้อย่างรวดเร็วและคล่องตัว ในขณะเดียวกันก็รักษาท่าทางและความสมดุลที่เหมาะสม

การเดินของซามูไรเกี่ยวข้องกับการก้าวเล็กๆ อย่างรวดเร็ว โดยให้น้ำหนักของร่างกายกระจายระหว่างเท้าเท่าๆ กัน แขนจะอยู่ห่างจากลำตัวเล็กน้อย พร้อมมือที่พร้อมจะชักดาบหากจำเป็น

การเดินของซามูไรได้รับการออกแบบมาให้มีประสิทธิภาพและใช้งานได้จริงมากกว่าการฝึกสมาธิ

การเดินของซามูไรได้รับการออกแบบเพื่อถ่ายทอดความรู้สึกสงบและมีระเบียบวินัย แม้จะอยู่ท่ามกลางความสับสนวุ่นวายและความขัดแย้ง ด้วยการเดินอย่างช้าๆ และจงใจ โดยให้หลังตรงและเชิดศีรษะขึ้น ซามูไรจะถ่ายทอดความรู้สึกมั่นใจและพลัง ขณะเดียวกันก็รักษาความรู้สึกอ่อนน้อมถ่อมตนและความเคารพ

นอกจากประโยชน์ในทางปฏิบัติแล้ว การเดินของซามูไรยังเป็นส่วนสำคัญของมารยาทและวัฒนธรรมของซามูไรอีกด้วย ด้วยการฝึกฝนรูปแบบการเดินนี้ ซามูไรสามารถแสดงให้เห็นถึงความมุ่งมั่นต่อวินัย การให้เกียรติ และความเคารพ ทั้งในและนอกการต่อสู้

โมคุโซ

การฝึกสมาธิแบบซามูไรรวมเอา "โมคุโซะ" ซึ่งเป็นการทำสมาธิรูปแบบหนึ่งที่เกี่ยวข้องกับการทำจิตใจให้ว่างและเพ่งความสนใจไปที่จุดเดียว เช่น ลมหายใจหรือภาพที่มองเห็น ในระหว่างโมคุโซ ซามูไรจะหลับตาและจินตนาการว่าตนเองกำลังใช้เทคนิคการใช้ดาบอย่างแม่นยำและแม่นยำ พวกเขาจะจินตนาการว่าตัวเองเคลื่อนไหวอย่างง่ายดายและสง่างาม โจมตีคู่ต่อสู้ได้อย่างง่ายดายและคล่องตัว

เงามวย

เทคนิคการสร้างภาพอีกอย่างหนึ่งที่ซามูไรใช้เรียกว่า "มวยเงา" ในระหว่างเทคนิคนี้ ซามูไรจะจินตนาการถึงคู่ต่อสู้ของตนในจิตใจ และฝึกฝนเทคนิคการใช้ดาบราวกับว่าพวกเขากำลังต่อสู้กับคู่ต่อสู้ เทคนิคนี้ได้รับการออกแบบมาเพื่อช่วยให้ซามูไรพัฒนาจังหวะและความแม่นยำ รวมถึงความสามารถในการอ่านการเคลื่อนไหวของคู่ต่อสู้

ซามูไรยังใช้เทคนิคการมองเห็นเพื่อเสริมสร้างความแข็งแกร่งทางจิตใจและความยืดหยุ่น ตัวอย่างเช่น พวกเขาจะจินตนาการว่าตนเองเผชิญกับความกลัวและเอาชนะพวกเขาด้วยความแข็งแกร่งและความกล้

าหาญ
เทคนิคการแสดงภาพนี้ช่วยให้พวกเขาพัฒนาความแข็งแกร่งทางจิตใจที่จำเป็นในการเผชิญกับความท้าทายและอันตรายในสนามรบ

การใช้เทคนิคการมองเห็นของซามูไรเน้นย้ำถึงความสำคัญของการเตรียมร่างกายและจิตใจในการฝึกฝน ด้วยการฝึกฝนเทคนิคการมองเห็น ซามูไรสามารถพัฒนาทักษะ เพิ่มประสิทธิภาพการทำงาน และปลูกฝังความแข็งแกร่งทางจิตใจที่จำเป็นในการเผชิญกับความท้าทายในการต่อสู้

การฝึกอบรมศิลปะการต่อสู้

ซามูไรฝึกฝนศิลปะการต่อสู้หลายประเภท รวมถึงการใช้ดาบ การยิงธนู และการต่อสู้แบบประชิดตัว การออกกำลังกายเหล่านี้ช่วยให้พวกเขาพัฒนาความแข็งแกร่ง ความเร็ว และความคล่องตัว ซึ่งจำเป็นสำหรับการปฏิบัติหน้าที่ในฐานะนักรบ ในเวลาเดียวกัน การฝึกอบรมอย่างเข้มงวดได้ปลูกฝังให้พวกเขารู้สึกถึงวินัย ความอุตสาหะ และความแข็งแกร่งทางจิตใจ ซึ่งจำเป็นสำหรับการพัฒนาความซื่อสัตย์

คิวจุตสึ

คิวจุตสึหรือศิลปะการยิงธนูเป็นหนึ่งในศิลปะการต่อสู้แบบดั้งเดิมที่ซามูไรปฏิบัติกันในระบบศักดินาของญี่ปุ่น ซามูไรเป็นนักยิงธนูที่มีทักษะเช่นกัน และพวกเขาฝึกการยิงธนูโดยฝึกเทคนิคการยืน การคุกเข่า และการนั่ง มันถูกมองว่าเป็นทักษะที่จำเป็นสำหรับซามูไร ซึ่งใช้ธนูและลูกธนูไม่เพียงแต่ในการทำสงครามเท่านั้น แต่ยังรวมถึงการล่าสัตว์ด้วย และเป็นรูปแบบหนึ่งของการทำสมาธิส่วนตัวและการพัฒนาตนเอง

ซามูไรติดตามคิวจุตสึในลักษณะที่มีระเบียบวินัยและมุ่งเน้น โดยเน้นไปที่เทคนิค สมรรถภาพทางกาย และวินัยทางจิตอย่างมาก พวกเขามักจะใช้เวลาหลายชั่วโมงในแต่ละวันในการฝึกยิงธนู ขัดเกลาเทคนิคและมุ่งเน้นไปที่การหายใจและสภาพจิตใจ

องค์ประกอบสำคัญประการหนึ่งของคิวจุสึคือแนวคิดเกี่ยวกับศิลปะในการรวมจิตใจและร่างกายเข้าด้วยกัน ซามูไรเชื่อว่าเพื่อที่จะประสบความสำเร็จในการยิงธนู พวกเขาจำเป็นต้องมีสมาธิและสมาธิที่สมบูรณ์
โดยที่จิตใจและร่างกายของพวกเขาสอดคล้องกันอย่างสมบูรณ์แบบและทำงานร่วมกันเป็นหนึ่งเดียว

เพื่อให้บรรลุสภาวะนี้ ซามูไรจะฝึกการทำสมาธิและการฝึกหายใจที่หลากหลาย ซึ่งได้รับการออกแบบมาเพื่อช่วยให้พวกเขาพัฒนาความตระหนักรู้ในตนเองและความชัดเจนของจิตใจมากขึ้น พวกเขายังจะมีส่วนร่วมในการฝึกทางกายภาพ เช่น

การฝึกความแข็งแกร่งและการปรับสภาพร่างกาย
เพื่อให้แน่ใจว่าร่างกายของพวกเขาแข็งแรงและสามารถปฏิบัติภารกิจทางกายภาพที่จำเป็นในการยิงธนูได้

ซามูไรยังให้ความสำคัญกับแง่มุมทางจริยธรรมและจิตวิญญาณของคิวจุสึเป็นอย่างมาก
พวกเขาเชื่อว่าการฝึกยิงธนูไม่ใช่แค่การเรียนรู้ทักษะทางกายภาพเท่านั้น
แต่ยังเกี่ยวกับการพัฒนาวินัยส่วนบุคคล ความเข้มแข็งจากภายใน และความซื่อสัตย์ทางศีลธรรมด้วย

ซามูไรติดตามคิวจุตสึด้วยวินัยและความมุ่งมั่นอย่างมาก
โดยใช้มันเป็นเครื่องมือในการพัฒนาความสามารถทางร่างกาย จิตใจ และจิตวิญญาณ ด้วยการฝึกยิงธนู
พวกเขาตั้งเป้าที่จะบรรลุสภาวะแห่งสมาธิและสมาธิที่สมบูรณ์
ขณะเดียวกันก็ปลูกฝังความรู้สึกที่แข็งแกร่งของความซื่อสัตย์ส่วนบุคคลและความรับผิดชอบทางศีลธรรม

จูจุสึ

Jujutsu
หรือศิลปะการต่อสู้โดยไม่ต้องใช้อาวุธเป็นศิลปะการต่อสู้แบบดั้งเดิมอีกรูปแบบหนึ่งที่ซามูไรฝึกฝนในระบบศักดินาของญี่ปุ่น
มันถูกมองว่าเป็นทักษะที่จำเป็นสำหรับซามูไรซึ่งจำเป็นต้องเชี่ยวชาญทั้งการต่อสู้ด้วยอาวุธและไร้อาวุธเพื่อปกป้องตนเองและเจ้านายของพวกเขา

ซามูไรติดตามศิลปะการต่อสู้แบบยิวโดยเน้นที่เทคนิค สมรรถภาพทางกาย และวินัยทางจิต
พวกเขามักจะใช้เวลาหลายชั่วโมงในแต่ละวันในการฝึกฝนศิลป์ป้องกันตัวแบบหนึ่ง
ขัดเกลาเทคนิคและทำงานเพื่อปรับปรุงความแข็งแกร่งและสภาพร่างกาย

องค์ประกอบสำคัญประการหนึ่งของ Jujutsu
คือแนวคิดในการใช้ความแข็งแกร่งและโมเมนตัมของคู่ต่อสู้ต่อพวกเขา ซามูไรจะใช้การขว้าง การล็อคข้อต่อ และการโจมตีที่หลากหลายเพื่อทำให้คู่ต่อสู้พิการ
โดยใช้เทคนิคและเวลาที่แม่นยำเพื่อใช้ประโยชน์จากการเคลื่อนไหวของคู่ต่อสู้

เพื่อเตรียมพร้อมสำหรับศิลปะการต่อสู้ป้องกันตัวแบบหนึ่ง ซามูไรได้ฝึกฝนการฝึกที่หลากหลาย
รวมถึงการฝึกความแข็งแกร่งและการปรับสภาพ การฝึกซ้อมการต่อสู้ และการฝึกซ้อมที่โดดเด่น
พวกเขายังได้ฝึกวินัยทางจิตและการมีสมาธิ
โดยใช้การฝึกสมาธิและการหายใจเพื่อเตรียมพร้อมสำหรับการต่อสู้

ซามูไรยังให้ความสำคัญกับแง่มุมด้านจริยธรรมและจิตวิญญาณของศิลปป้องกันตัวแบบหนึ่งเป็นอย่างมาก พวกเขาเชื่อว่าการฝึกวิชาป้องกันตัวแบบหนึ่งไม่ได้เป็นเพียงการเรียนรู้ทักษะทางกายภาพเท่านั้น แต่ยังเกี่ยวกับการพัฒนาวินัยส่วนบุคคล ความเข้มแข็งภายใน และความซื่อสัตย์ทางศีลธรรมด้วย

นอกเหนือจากการฝึกศิลปป้องกันตัวแบบหนึ่งเพื่อป้องกันตัวแล้ว ซามูไรยังมองว่ามันเป็นรูปแบบของการทำสมาธิส่วนตัวและการพัฒนาตนเองอีกด้วย ด้วยการปรับปรุงเทคนิคและพัฒนาวินัยทางร่างกายและจิตใจมากขึ้น พวกเขาเชื่อว่าพวกเขาสามารถเป็นนักรบที่ดีขึ้นและเป็นคนดีขึ้นได้

ซามูไรติดตาม Jujutsu โดยมุ่งเน้นไปที่เทคนิค สมรรถภาพทางกาย และระเบียบวินัยทางจิต โดยใช้มันเป็นเครื่องมือในการพัฒนาทักษะของพวกเขาในฐานะนักรบและในฐานะปัจเจกบุคคล พวกเขาให้ความสำคัญกับแง่มุมทางจริยธรรมและจิตวิญญาณของศิลปป้องกันตัวแบบหนึ่งและมองว่ามันเป็นรูปแบบหนึ่งของการทำสมาธิส่วนตัวและการพัฒนาตนเอง

เคนจุตสึ

Kenjutsu เป็นศิลปะการต่อสู้แบบญี่ปุ่นที่เน้นการใช้ดาบญี่ปุ่น (คาตานะ) ในการต่อสู้ ถือเป็นศิลปะการต่อสู้แบบ "โคริว" หรือ "โรงเรียนเก่า" ซึ่งมีรากฐานมาจากยุคศักดินาของญี่ปุ่น

ในเคนจุสึ ผู้ฝึกหัดจะได้เรียนรู้เทคนิคต่างๆ มากมายสำหรับการใช้ดาบในการต่อสู้ รวมถึงการโจมตี การตัด การแทง การปัดป้อง และการบล็อก เทคนิคเหล่านี้ได้รับการฝึกฝนทั้งแบบเดี่ยวและแบบคู่ โดยมีเป้าหมายเพื่อพัฒนาความแม่นยำ ความเร็ว และความแม่นยำในการใช้ดาบ

สิ่งสำคัญประการหนึ่งของ Kenjutsu คือการเน้นท่าทาง การทรงตัว และการใช้เท้าที่เหมาะสม ผู้ฝึกเรียนรู้ที่จะเคลื่อนไหวด้วยความสง่างามและความลื่นไหล ในขณะเดียวกันก็รักษาท่าทางที่แข็งแกร่งและมั่นคงซึ่งช่วยให้พวกเขาสร้างพลังในการโจมตีได้

นอกจากเทคนิคทางกายภาพของเคนจุสึแล้ว ผู้ฝึกยังได้เรียนรู้เกี่ยวกับประวัติศาสตร์และวัฒนธรรมของดาบในญี่ปุ่นอีกด้วย ซึ่งรวมถึงการศึกษาการทำดาบ ตลอดจนมารยาทและปรัชญาที่เกี่ยวข้องกับดาบ

Kenjutsu เป็นศิลปะการต่อสู้ที่ท้าทายและคุ้มค่าซึ่งต้องใช้ทั้งวินัยทางร่างกายและจิตใจ เป็นศิลปะการต่อสู้ยอดนิยมที่ผู้คนจำนวนมากทั่วโลกฝึกฝน ทั้งเพื่อการใช้งานจริงและความสำคัญทางวัฒนธรรม

การฝึกเคนโด้

เคนโด้เป็นรูปแบบหนึ่งของการออกกำลังกายที่เน้นเรื่องวินัย ความเคารพ และการมุ่งความสนใจไปที่จิตใจ ซามูไรฝึกเคนโด้โดยการฝึกคาตานะ หรือการเคลื่อนไหวที่จัดเตรียมไว้ล่วงหน้า ซึ่งต้องใช้เท้า จังหวะเวลา และการควบคุมร่างกายที่แม่นยำ เคนโด้เป็นศิลปะการต่อสู้ของญี่ปุ่นที่เกี่ยวข้องกับการใช้ดาบไม้ไผ่และอุปกรณ์ป้องกัน ผู้ฝึกเคนโด้สวมชุดป้องกัน (โบกุ) และใช้ดาบไม้ไผ่ (ชิไน) เพื่อโจมตีคู่ต่อสู้ในพื้นที่ที่กำหนด เช่น ศีรษะ ข้อมือ หรือลำตัว

เคนโด้กลายเป็นรูปแบบหนึ่งของการออกกำลังกายและวินัยทางจิตใจที่รักษาหลักการและเทคนิคของเคนจุสึไปพร้อมๆ กับการดัดแปลงให้ฝึกฝนได้อย่างปลอดภัยและไม่มีอาการบาดเจ็บสาหัส พวกเขายังมีส่วนร่วมในการซ้อมแมตช์ ซึ่งต้องใช้ความแข็งแกร่งทางร่างกายและจิตใจอย่างเต็มที่เพื่อเอาชนะคู่ต่อสู้ การฝึกเคนโด้เน้นที่วินัย ความเคารพ และการมุ่งความสนใจไปที่จิตใจ ตลอดจนการปรับสภาพร่างกายและความเชี่ยวชาญในการใช้ดาบ

บาจุตสึ

ซามูไรได้รับการฝึกฝนในการขี่ม้า ซึ่งจำเป็นสำหรับการเดินทางระยะไกลและการสู้รบ พวกเขาฝึกฝนเทคนิคการขี่ต่างๆ รวมถึงการควบม้า การกระโดด และการเลี้ยว และยังฝึกการต่อสู้บนหลังม้าด้วย ซึ่งกำหนดให้พวกเขาต้องใช้ดาบและหอกขณะขี่ม้า

ซามูไรฝึกฝน Bajutsu ผ่านการผสมผสานระหว่างการฝึกทางกายภาพอย่างเข้มงวดและเทคนิคศิลปะการต่อสู้ที่ออกแบบมาเพื่อการประหารชีวิตบนหลังม้า เป้าหมายหลักของการฝึกอบรม Bajutsu คือการสอนซามูไรให้ใช้ม้าเป็นอาวุธอย่างมีประสิทธิภาพ รวมถึงฝึกฝนเทคนิคการต่อสู้บนหลังม้าที่หลากหลาย

เพื่อเริ่มต้นการฝึกใน Bajutsu ซามูไรจะได้เรียนรู้ทักษะการขี่ม้าขั้นพื้นฐาน เช่น วิธีขึ้นและลงม้า วิธีควบคุมม้าด้วยมือข้างหนึ่งในขณะที่อีกมือถืออาวุธ และวิธีการขี่ม้าหลังเปล่า เมื่อพวกเขาเชี่ยวชาญทักษะเหล่านี้แล้ว พวกเขาจะก้าวไปสู่เทคนิคขั้นสูงเพิ่มเติม เช่น การขี่ด้วยความเร็วเต็มที่ขณะกระโดดข้ามสิ่งกีดขวาง และฝึกยิงธนูและการใช้ดาบบนม้า

ซามูไรจะฝึกเทคนิคต่างๆ เช่น การฟัน การแทง และการปัดป้องขณะขี่ม้าด้วยความเร็วสูงสุด และพวกเขาจะได้เรียนรู้วิธีลงจากหลังม้าและเข้าร่วมการต่อสู้ระยะประชิดหากจำเป็น

ทักษะเหล่านี้จำเป็นในการทำสงคราม ทำให้ซามูไรสามารถต่อสู้กับศัตรูจากระยะไกลหรือพุ่งเข้าสู่การต่อสู้ระยะประชิดด้วยความเร็วและความแม่นยำ

การฝึกฝน Bajutsu เป็นส่วนสำคัญในการฝึกฝนของซามูไรและมีบทบาทสำคัญในความสำเร็จในสนามรบ จำเป็นต้องมีสมรรถภาพทางกายและวินัยทางจิตใจในระดับสูง ตลอดจนความเชี่ยวชาญทั้งทักษะการขี่ม้าและเทคนิคการต่อสู้ต่างๆ ปัจจุบัน Bajutsu ยังคงได้รับการฝึกฝนเป็นศิลปะการต่อสู้แบบดั้งเดิม และยังคงได้รับความนิยมในหมู่ผู้ชื่นชอบทั่วโลก

ยาบูซาเมะ

ยาบุซาเมะเป็นศิลปะการต่อสู้แบบดั้งเดิมของญี่ปุ่นที่เกี่ยวข้องกับการยิงธนูไปที่เป้าหมายขณะขี่ม้าด้วยความเร็วสูง สิ่งนี้จำเป็นต้องอาศัยการประสานงานที่ยอดเยี่ยมระหว่างม้ากับคนขี่ รวมถึงทักษะด้านธนูและลูกธนูในระดับสูง

ซามูไรฝึกยาบุซาเมะโดยเป็นส่วนหนึ่งของการฝึกยิงธนูบนม้า ซึ่งเป็นทักษะสำคัญในการทำสงครามในยุคซามูไร

ในการฝึกฝนยาบุซาเมะนั้น ซามูไรจะต้องฝึกฝนทักษะการขี่ม้าขั้นพื้นฐานที่จำเป็นสำหรับการขี่ม้าก่อน ซึ่งรวมถึงการเรียนรู้วิธีขึ้นและลงจากหลังม้า วิธีควบคุมม้าด้วยมือข้างหนึ่งในขณะที่ถือคันธนูและลูกธนูด้วยมืออีกข้าง และวิธีการขี่ด้วยความเร็วเต็มพิกัดในขณะที่รักษาสมดุลและการควบคุม

เมื่อพวกเขาเชี่ยวชาญทักษะเหล่านี้แล้ว ซามูไรก็จะย้ายไปฝึกยาบุซาเมะต่อไป สิ่งนี้เกี่ยวข้องกับการขี่ไปตามรางด้วยความเร็วเต็มที่ขณะยิงไปที่เป้าหมายต่างๆ ซึ่งมักทำจากฟางหรือวัสดุอื่นๆ โดยปกติแล้วเป้าหมายจะเว้นระยะห่างเป็นระยะๆ ตลอดเส้นทาง และนักขี่จะต้องยิงไปที่แต่ละเป้าหมายขณะขี่ผ่านไปด้วยความเร็วสูง

เพื่อเพิ่มความยากลำบากในการฝึกฝน บางครั้งซามูไรจะสวมผ้าปิดตาหรือหลับตาในระหว่างการวิ่ง โดยอาศัยสัญชาตญาณและความจำของกล้ามเนื้อเพียงอย่างเดียวในการเข้าถึงเป้าหมาย นี่เป็นการแสดงทักษะและความเชี่ยวชาญของยาบุซาเมะ

นอกจากทักษะทางกายภาพที่จำเป็นสำหรับยาบุซาเมะแล้ว ซามูไรยังต้องพัฒนาสมาธิและสมาธิในระดับสูงอีกด้วย

พวกเขาต้องสงบสติอารมณ์และมีสมาธิขณะขี่ด้วยความเร็วสูงและยิงธนู ซึ่งต้องใช้วินัยทางจิตและการฝึกฝนอย่างมาก

ยาบุซาเมะเป็นศิลปะการต่อสู้ที่ท้าทายและต้องใช้วินัยทางร่างกายและจิตใจในระดับสูง อย่างไรก็ตาม มันเป็นทักษะที่จำเป็นสำหรับซามูไรในยุคศักดินา และยังคงเป็นศิลปะการต่อสู้แบบดั้งเดิมที่ได้รับความนิยมในญี่ปุ่นจนถึงทุกวันนี้

การฝึกความอดทน

ซามูไรยังออกกำลังกายเพื่อความอดทนต่างๆ เช่น วิ่ง ว่ายน้ำ และเดินป่า ซึ่งช่วยสร้างความแข็งแกร่งทางร่างกายและจิตใจ พวกเขามักจะวิ่งระยะไกล บางครั้งหลายวันติดต่อกัน เพื่อสร้างความอดทนและเสริมสร้างร่างกายและจิตใจของพวกเขา

การออกกำลังกายการหายใจ

ซามูไรยังได้ฝึกการฝึกการหายใจ เช่น การหายใจเข้าลึกๆ และการควบคุมลมหายใจ เพื่อช่วยให้จิตใจสงบและพัฒนาสมาธิ สิ่งนี้ช่วยให้พวกเขาสงบสติอารมณ์และปลอดโปร่งในสถานการณ์ที่มีความเครียดสูง ซึ่งเป็นสิ่งสำคัญสำหรับการรักษาความซื่อสัตย์

การฝึกอบรมแบบกลุ่มและการซ้อม

ซามูไรมักได้รับการฝึกฝนและซ้อมร่วมกับนักรบคนอื่นๆ ซึ่งทำให้พวกเขาสามารถพัฒนาความสนิทสนมกันและความเคารพซึ่งกันและกัน ซามูไรมีส่วนร่วมในการฝึกซ้อมคู่หรือซ้อม และเกี่ยวข้องกับการฝึกฝนเทคนิคและการต่อสู้จำลองกับเพื่อนร่วมซามูไร การฝึกอบรมแบบเป็นคู่ทำให้นักรบสามารถทดสอบทักษะ ปรับแต่งจังหวะเวลาและระยะห่าง และพัฒนาความเข้าใจเกี่ยวกับพลวัตการต่อสู้แบบเรียลไทม์ ผ่านการมีปฏิสัมพันธ์เหล่านี้ พวกเขาเรียนรู้ที่จะให้ความสำคัญกับการทำงานเป็นทีม ความร่วมมือ และการเล่นที่ยุติธรรม ซึ่งจำเป็นสำหรับการรักษาความซื่อสัตย์

การฝึกอบรมและการซ้อมเป็นกลุ่มทำให้ซามูไรสามารถพัฒนาคุณสมบัติความเป็นผู้นำได้ ซามูไรผู้มีประสบการณ์จะรับหน้าที่เป็นผู้สอน คอยชี้แนะและให้คำปรึกษาแก่นักรบรุ่นเยาว์

โดยการดูแลเซสชันการฝึกอบรมกลุ่ม พวกเขาปลูกฝังวินัย ส่งเสริมการทำงานเป็นทีม และพัฒนาทักษะความเป็นผู้นำที่จำเป็นสำหรับการบังคับหน่วยในสนามรบ

การมีส่วนร่วมในการฝึกอบรมแบบกลุ่มและการซ้อมช่วยเสริมสร้างความรู้สึกสนิทสนมกันในหมู่นักรบซามูไร ผ่านประสบการณ์ ความท้าทาย และชัยชนะที่แบ่งปัน พวกเขาได้สร้างความผูกพันที่แน่นแฟ้นและพัฒนาความไว้วางใจอย่างลึกซึ้งต่อสหายของพวกเขา ความสนิทสนมกันนี้มีความสำคัญอย่างยิ่งต่อการรักษาความสามัคคีและความสามัคคีระหว่างการต่อสู้

ซามูไรใช้การออกกำลังกายและเทคนิคที่หลากหลายเพื่อปลูกฝังความซื่อสัตย์ รวมถึงการทำสมาธิ การฝึกศิลปะการต่อสู้ การฝึกหายใจ การฝึกเป็นกลุ่ม และการซ้อม การปฏิบัติเหล่านี้ไม่เพียงแต่ช่วยให้พวกเขาพัฒนาความแข็งแกร่งทางร่างกายและจิตใจเท่านั้น แต่ยังปลูกฝังความรู้สึกมีระเบียบวินัย เกียรติยศ และพฤติกรรมที่มีจริยธรรม ซึ่งจำเป็นสำหรับการดำเนินชีวิตที่มีความหมายและเติมเต็ม

ประโยชน์ของเทคนิคการออกกำลังกายที่ซามูไรปฏิบัติตาม

การออกกำลังกายถือเป็นข้อดีหลายประการสำหรับซามูไร ซึ่งมีส่วนช่วยในการพัฒนาโดยรวมของพวกเขาในฐานะนักรบที่มีทักษะ นี่คือข้อดีบางประการของการออกกำลังกายตามด้วยซามูไร:

- สมรรถภาพทางกาย
- ความเชี่ยวชาญของเทคนิคการต่อสู้
- จิตมุ่งเน้นและมีวินัย
- ปรับปรุงการตอบสนองและเวลาตอบสนอง
- การป้องกันการบาดเจ็บและความยืดหยุ่น
- การทำงานเป็นทีมและความสามัคคี
- บรรเทาความเครียดและความเป็นอยู่ที่ดีทางจิต

อาจารย์เซนและซามูไรหนุ่ม

ซามูไรคิดเกี่ยวกับคำตอบอยู่ครู่หนึ่งแล้วถามอีกคำถามหนึ่งว่า "แต่จะเป็นอย่างไรเมื่อขุนนางไม่อยู่ในอำนาจและผู้ชั่วร้ายอยู่?"

อาจารย์ตอบว่า "ในกรณีนี้ ข้อแตกต่างเพียงอย่างเดียวคือผู้สูงศักดิ์จะรักษาความซื่อสัตย์ของตนแม้ในขณะที่พวกเขาไม่มีอำนาจ ในขณะที่คนชั่วร้ายจะละทิ้งความซื่อสัตย์ของตนเมื่อพวกเขามีอำนาจ"

เรื่องราวนี้เน้นถึงความสำคัญของความซื่อสัตย์ในตนเอง แม้ว่าโลกรอบตัวเราจะแตกสลายก็ตาม เตือนเราว่าอุปนิสัยที่แท้จริงของเราไม่ได้เปิดเผยโดยสภาวการณ์ของเราแต่โดยการเลือกของเรา นอกจากนี้ยังแสดงให้เห็นถึงความสำคัญของความซื่อสัตย์ในชีวิตของเราด้วย มันเตือนเราว่าความซื่อสัตย์ไม่ใช่สิ่งที่สามารถซื้อหรือขายได้ แต่เป็นสิ่งที่เราต้องปลูกฝังภายในตัวเรา เมื่อเรากระทำการด้วยความซื่อสัตย์ เราได้รับความเคารพและความไว้วางใจจากผู้อื่น และเรากลายเป็นพลังบวกเพื่อความดีในโลก ด้วยการสนับสนุนค่านิยมและหลักการของเรา เราจะสามารถดำเนินชีวิตอย่างมีความหมายและมีเป้าหมาย และสร้างผลกระทบเชิงบวกต่อโลกรอบตัวเราได้

เซนและความซื่อสัตย์ในตนเอง

ด้วยการผสมผสานหลักการของเซนและการยอมรับความซื่อสัตย์ในตนเอง แต่ละบุคคลสามารถยกระดับการฝึกอบรมทางร่างกายและการเติบโตส่วนบุคคลของตนได้ ไม่ว่าจะฝึกฝนศิลปะการต่อสู้ การใช้ดาบ หรือการฝึกฝนทางกายภาพใดๆ ก็ตาม การผสมผสานแก่นแท้ของเซนจะช่วยเพิ่มประสบการณ์

การส่งเสริมการรับรู้และการจัดตำแหน่งร่างกายเป็นส่วนสำคัญในการปฏิบัติ โดยการรักษาความสนใจอย่างมีสติต่อท่าทาง ความสมดุล และการจัดตำแหน่ง แต่ละบุคคลจะปลูกฝังการผสมผสานด้านร่างกายและจิตใจอย่างกลมกลืน การตระหนักรู้นี้ส่งเสริมความซื่อสัตย์ในตนเอง โดยรับรองว่าการเคลื่อนไหวแต่ละครั้งเป็นการสะท้อนความจริงภายใน

การควบคุมลมหายใจอย่างมีสติมีบทบาทสำคัญในการออกกำลังกายที่ได้รับแรงบันดาลใจจากเซน ด้วยการประสานลมหายใจเข้ากับการเคลื่อนไหว ผู้ฝึกจะปลูกฝังความรู้สึกตระหนักรู้และการมุ่งเน้นที่เพิ่มมากขึ้น ลมหายใจกลายเป็นเครื่องนำทาง ยึดจิตใจไว้กับปัจจุบัน และช่วยให้ร่างกายและจิตวิญญาณประสานกันได้อย่างราบรื่น

การผสมผสานการทำสมาธิและการมองเห็นจะช่วยให้การบูรณาการปรัชญาเซนลึกซึ้งยิ่งขึ้น ก่อนหรือหลังการออกกำลังกาย ผู้ฝึกสามารถนั่งสมาธิ เพื่อปลูกฝังสภาวะแห่งความสงบและความสงบภายใน

เทคนิคการมองเห็นสามารถใช้เพื่อแสดงภาพการเคลื่อนไหว ส่งเสริมความชัดเจนของจิตใจ และเสริมสร้างการเชื่อมโยงระหว่างร่างกายและจิตใจ

ความซื่อสัตย์สุจริตสำหรับคนรุ่นปัจจุบัน

ในยุคปัจจุบัน ความซื่อสัตย์มีความสำคัญพอๆ กัน โดยเฉพาะอย่างยิ่งเมื่อพิจารณาถึงความท้าทายและความกดดันมากมายที่บุคคลต้องเผชิญในสังคมยุคใหม่ ด้วยการปลูกฝังความรู้สึกซื่อสัตย์ส่วนบุคคลที่แข็งแกร่ง แต่ละบุคคลสามารถพัฒนาความรู้สึกของความเข้มแข็งภายในและความยืดหยุ่นที่สามารถช่วยพวกเขาจัดการกับสถานการณ์ที่ยากลำบากด้วยความสง่างามและมีศักดิ์ศรี

ความซื่อสัตย์ในตนเองมีบทบาทสำคัญในการออกกำลังกายเป็นประจำ เมื่อเราปรับการกระทำของเราให้สอดคล้องกับค่านิยมของเราและให้คำมั่นสัญญากับตัวเอง การรักษาความสม่ำเสมอและปฏิบัติตามเป้าหมายการออกกำลังกายของเราก็จะง่ายขึ้น

พัฒนาความรู้สึกตระหนักรู้ในตนเองและมีสติเกี่ยวกับนิสัยการออกกำลังกายของคุณ สังเกตว่าการออกกำลังกายทำให้คุณรู้สึกทั้งกายและใจอย่างไร สังเกตการต่อต้านหรือรูปแบบที่อาจเกิดขึ้น และปรับกิจวัตรของคุณให้เหมาะสมเพื่อส่งเสริมแนวทางที่สมดุลและยั่งยืน

ตั้งเป้าหมายที่สมจริงและบรรลุได้ แบ่งเป้าหมายออกเป็นเป้าหมายเล็กๆ และติดตามความก้าวหน้าของคุณ ค้นหาวิธีรักษาแรงบันดาลใจ เช่น ค้นหากิจวัตรการออกกำลังกายที่คุณชอบ การขอความช่วยเหลือจากสังคมหรือความรับผิดชอบ ให้รางวัลตัวเองสำหรับความสำเร็จ และมุ่งความสนใจไปที่ประโยชน์เชิงบวกของการออกกำลังกายเป็นประจำ

การให้ความสำคัญกับความซื่อสัตย์ส่วนบุคคลของซามูไรสามารถใช้เป็นบทเรียนอันมีค่าสำหรับคนรุ่นปัจจุบันได้ ด้วยการน้อมรับจิตวิญญาณแห่งความซื่อสัตย์ของบูชิโดในกิจวัตรการออกกำลังกาย คนรุ่นปัจจุบันสามารถกลายเป็นสัญญาณแห่งความซื่อสัตย์ ยกระดับชีวิตของตนเอง และส่งผลกระทบเชิงบวกต่อโลกรอบตัวพวกเขา

ออเนอร์ (เมโย)

"ความภาคภูมิใจในตนเองของฉันสูงเพราะฉันให้เกียรติว่าฉันเป็นใคร"

-หลุยส์ เฮย์

ทำ คุณ ทราบ ที่ ความสำคัญ ของคุณเองเหรอ?

- ฉันสามารถทำอะไรได้บ้างเพื่อปรับปรุงสุขภาพกายและความเป็นอยู่โดยรวมของฉันให้ดีขึ้น?
- นิสัยหรือพฤติกรรมใดบ้างที่อาจส่งผลเสียต่อสุขภาพของฉัน และฉันจะเปลี่ยนแปลงได้อย่างไร
- ฉันจะสร้างสมดุลระหว่างความต้องการในการทำงานและชีวิตส่วนตัวโดยที่ยังคงให้ความสำคัญกับสุขภาพของตัวเองได้อย่างไร?
- ค่านิยมหลักของฉันคืออะไร และฉันจะจัดการกระทำของฉันให้สอดคล้องกับค่านิยมเหล่านั้นเพื่อให้รู้สึกสมหวังมากขึ้นได้อย่างไร
- ฉันจะจัดการระดับความเครียดให้ดีขึ้นเพื่อส่งเสริมสุขภาพกายและสุขภาพจิตให้ดีขึ้นได้อย่างไร
- ฉันสามารถใช้กลยุทธ์ใดบ้างเพื่อให้แน่ใจว่าฉันได้นอนหลับอย่างมีคุณภาพเพียงพอในแต่ละคืน
- ฉันจะสร้างสมดุลระหว่างความต้องการในการทำงานและชีวิตส่วนตัวโดยที่ยังคงให้ความสำคัญกับสุขภาพของตัวเองได้อย่างไร?
- จุดแข็งและพรสวรรค์ของฉันคืออะไร และฉันจะใช้จุดแข็งและพรสวรรค์เหล่านี้เพื่อช่วยเหลือโลกอย่างมีความหมายได้อย่างไร
- ความสัมพันธ์ใดในชีวิตของฉันที่เป็นเชิงบวกและสนับสนุน และฉันจะรักษาความสัมพันธ์เหล่านั้นได้อย่างไร?
- ฉันจะเป็นตัวของตัวเองและจริงใจมากขึ้นในชีวิตส่วนตัวและอาชีพได้อย่างไร?
- ฉันสามารถเฉลิมฉลองความสำเร็จและความสำเร็จของตนเองได้ไม่ว่าจะใหญ่หรือเล็กด้วยวิธีใดบ้าง

- กิจกรรมหรืองานอดิเรกใดที่ทำให้ฉันมีความสุขและเติมเต็ม และฉันจะจัดเวลาให้กับกิจกรรมเหล่านั้นในชีวิตได้อย่างไร?
- ฉันสามารถกำหนดขอบเขตเพื่อปกป้องเวลาและพลังงานของฉันด้วยวิธีใดบ้าง

ในโลกที่วุ่นวายใบนี้ เป็นเรื่องยากมากที่จะซื่อสัตย์ต่อตนเองเนื่องจากการเบี่ยงเบนภายนอก เรากำลังเป็นผู้นำชีวิตที่ชาญฉลาดในปัจจุบัน และเราต้องการอุปกรณ์อิเล็กทรอนิกส์เพื่อกระตุ้นให้เราทำตามแผน เป็นสิ่งสำคัญมากที่จะต้องทราบถึงความสำคัญของตัวคุณเอง และคุณจะกำหนดรูปแบบการกระทำและพฤติกรรมในชีวิตประจำวันได้อย่างไร การเคารพคุณค่าและศีลธรรมส่วนบุคคลช่วยให้เรารักษาความซื่อสัตย์สุจริตในชีวิตประจำวันของเราได้ นี่หมายถึงการซื่อสัตย์และซื่อสัตย์ต่อตนเอง แม้ว่าจะเป็นเรื่องยากก็ตาม การยกย่องตนเองและความสำเร็จสามารถช่วยสร้างความภาคภูมิใจในตนเองและความมั่นใจได้ ด้วยการตระหนักและเห็นคุณค่าของเราเอง เราจะมีแนวโน้มมากขึ้นที่จะบรรลุเป้าหมายและความทะเยอทะยานของเราด้วยความมุ่งมั่นและความรู้สึกถึงจุดมุ่งหมาย มาดูกันว่าซามูไรรักษาคุณภาพของเกียรติยศและวิธีการของพวกเขาช่วยเหลือคนรุ่นปัจจุบันได้อย่างไร

เกียรติยศ(เมโย)

เกียรติยศเป็นหลักการสำคัญที่ทำให้ซามูไรแตกต่างจากนักรบธรรมดา ประกอบด้วยความรู้สึกลึกซึ้งถึงความซื่อสัตย์ ความถูกต้องทางศีลธรรม และความมุ่งมั่นในการประพฤติตนมีคุณธรรม การให้เกียรติกำหนดให้บุคคลต้องรักษาคุณค่าส่วนบุคคลของตนและปฏิบัติหน้าที่ของตนด้วยความจริงใจและความจงรักภักดีสูงสุด เรียกร้องจรรยาบรรณที่กำหนดการกระทำบนพื้นฐานของความชอบธรรม ความยุติธรรม และความเคารพ

สำหรับซามูไร เกียรติยศไม่ได้เป็นเพียงแนวคิดบูชิโดเท่านั้น แต่ยังเป็นเส้นทางสู่การตรัสรู้และการเติมเต็มส่วนบุคคลอีกด้วย การแสวงหาเกียรติยศกำหนดชะตากรรมของพวกเขา โดยกำหนดชื่อเสียงและมรดกของพวกเขาหลังจากการดำรงอยู่ทางกายภาพเป็นเวลานาน เกียรติยศของซามูไรจะถูกรักษาไว้โดยการกระทำที่มีคุณธรรม การกระทำอันชอบธรรม และความภักดีอันไม่เปลี่ยนแปลง

นอกจากนี้ เกียรติยศยังขยายไปไกลกว่าชื่อเสียงส่วนบุคคล มันเกี่ยวพันกับชื่อเสียงของครอบครัวและเชื้อสายด้วย ซามูไรแบกรับมรดกที่สืบทอดมาจากบรรพบุรุษและต้องรักษาเกียรติของครอบครัวผ่านการกระทำของตนเอง

ให้เกียรติในแบบซามูไร

เกียรติยศเป็นพลังนำทางในวิถีชีวิตของซามูไร โดยกำหนดลักษณะนิสัย การกระทำ และความรู้สึกถึงจุดมุ่งหมาย เกียรติยศถือเป็นตัวชี้วัดที่แท้จริงของซามูไร มันไม่ได้เป็นเพียงการแสดงความกล้าหาญหรือความภักดีภายนอกเท่านั้น แต่ยังเกี่ยวกับความเข้มแข็งภายในและความแข็งแกร่งทางศีลธรรมด้วย เกียรติยศของซามูไรสะท้อนให้เห็นในการกระทำ การตัดสินใจ และการโต้ตอบกับผู้อื่น โดยเน้นถึงความสำคัญของการรักษาศักดิ์ศรีและความเคารพในทุกสถานการณ์

การแสวงหาเกียรติยศจำเป็นต้องมีการเติบโตและพัฒนาตนเองอย่างต่อเนื่อง ซามูไรมีส่วนร่วมในการเรียนรู้ตลอดชีวิต ศึกษาวรรณคดี บทกวี การประดิษฐ์ตัวอักษร และศิลปะ นอกเหนือจากการพัฒนาทักษะการต่อสู้ให้สมบูรณ์แบบ การศึกษาไม่เพียงแต่เพิ่มพูนความรู้ของพวกเขาเท่านั้น แต่ยังได้ปลูกฝังลักษณะนิสัยของพวกเขาด้วย ส่งเสริมความเข้าใจที่ลึกซึ้งยิ่งขึ้นเกี่ยวกับเกียรติยศและบทบาทของเกียรติยศในการหล่อหลอมชีวิตของพวกเขา

เกียรติยศไม่ได้จำกัดอยู่แค่ในสนามรบเท่านั้น และเกียรติยศนั้นแผ่ซ่านไปทั่วทุกด้านของชีวิตของพวกเขา ไม่ว่าจะเป็นในช่วงเวลาแห่งสันติภาพหรือสงคราม ในช่วงเวลาแห่งสันติภาพ ซามูไรพยายามส่งเสริมความสามัคคี ความยุติธรรม และการปรับแต่งวัฒนธรรม โดยรักษาเกียรติยศผ่านการทูต การปกครอง และศิลปะ

ซามูไรได้รับการคาดหวังให้เต็มใจสละชีวิตของตนเองเพื่อปกป้องเจ้านายหรือรับใช้ประเทศของตน ซามูไรได้รับการคาดหวังให้ประพฤติตนอย่างมีเกียรติและให้เกียรติตลอดเวลา รักษาความสงบและสงบสติอารมณ์เมื่อเผชิญกับอันตรายหรือความทุกข์ยาก และหลีกเลี่ยงการแสดงอารมณ์หรือความอ่อนแอ ซามูไรได้รับการคาดหวังให้รวบรวมคุณสมบัติเหล่านี้ไว้ในทุกด้านของชีวิต

ตอนนี้เราจะได้เห็นการปฏิบัติที่เรียบง่ายแต่ยอดเยี่ยมซึ่งช่วยให้พวกเขาบรรลุถึงคุณสมบัติแห่งเกียรติยศภายในตัวพวกเขาเอง

อิเคบานะ

อิเคบานะเป็นศิลปะการจัดดอกไม้แบบญี่ปุ่นซึ่งมีมานานหลายศตวรรษ
อิเคะบานะสามารถมองได้ว่าเป็นการปฏิบัติที่รวบรวมเกียรติยศไว้ในความซาบซึ้งในธรรมชาติ
การเคารพในประเพณี
และความสามารถในการแสดงความกตัญญูและความเคารพผ่านศิลปะการจัดดอกไม้

เป็นรูปแบบศิลปะที่มีระเบียบวินัย โดยใช้ดอกไม้ กิ่งไม้ ใบไม้ หญ้า และวัสดุจากพืชอื่นๆ
ในการก่อสร้าง และจะต้องเป็นธรรมชาติในธรรมชาติ
พวกเขาได้รับการคัดสรรและจัดเรียงอย่างพิถีพิถันอย่างกลมกลืนและสมดุลเพื่อสร้างองค์ประกอบที่สวยงาม

ความตั้งใจของศิลปินที่อยู่เบื้องหลังการจัดเรียงแต่ละครั้งจะแสดงผ่านการผสมผสานสีของชิ้นงาน
รูปทรงธรรมชาติ เส้นสายที่สง่างาม และความหมายโดยนัยของการจัดเรียง
โดยเน้นหลักการของความเงียบ ความเรียบง่าย รูปร่าง รูปทรง ความเป็นมนุษย์ สุนทรียภาพ
และโครงสร้าง

อิเคบานะเป็นรูปแบบศิลปะที่สวยงามและน่าหลงใหลโดยใช้พื้นที่และความเรียบง่าย
และผู้ฝึกปฏิบัติก็มุ่งมั่นที่จะสร้างสรรค์การจัดวางที่สื่อถึงความงดงาม ความสง่างาม และความสมดุล
ปรัชญาเบื้องหลังอิเคบานะมักถูกมองว่าเป็นวิธีเชื่อมโยงกับธรรมชาติและค้นหาความสงบภายใน

นอกจากคุณสมบัติด้านสุนทรียศาสตร์แล้ว
อิเคบานะยังมีคุณค่าในด้านคุณประโยชน์ในการรักษาโรคอีกด้วย
กระบวนการสร้างการจัดอิเคบานะอาจเป็นการทำสมาธิและทำให้จิตใจสงบ
และเชื่อกันว่าจะช่วยส่งเสริมการมีสติและการผ่อนคลาย

การปฏิบัติซามูไรของอิเคบานะ

อิเคบานะเป็นหนึ่งในทักษะหลายอย่างที่ซามูไรคาดว่าจะเชี่ยวชาญในช่วงสมัยเอโดะในญี่ปุ่น ผู้ฝึกสอนอิเคบานะเป็นซามูไรขึ้นชื่อในเรื่องการจัดวางที่หรูหราและประณีต ซึ่งมักสะท้อนถึงความสงบภายในและความแข็งแกร่งทางจิตวิญญาณของซามูไร การจัดดอกไม้แบบอิเคะบานะต้องใช้สมาธิและสมาธิอย่างเข้มข้น ซึ่งช่วยให้ซามูไรปลูกฝังวินัยทางจิตใจและจดจ่ออยู่กับงานของตน

การปฏิบัติอิเคบานะยังเกี่ยวข้องกับความอ่อนน้อมถ่อมตนและการเคารพประเพณีในระดับหนึ่งด้วย ผู้ฝึกปฏิบัติอิเคะบานะได้รับการคาดหวังให้เรียนรู้จากอาจารย์ของตนและหลักการที่กำหนดไว้ของรูปแบบศิลปะ ในขณะเดียวกันก็นำความคิดสร้างสรรค์และบุคลิกภาพของตนเองมาใช้ในการจัดเตรียม สิ่งนี้ต้องการความสมดุลระหว่างการเคารพประเพณีและการเปิดรับนวัตกรรม

อิเคบานะยังใช้เป็นวิธีการสื่อสารระหว่างซามูไรผ่านภาษาดอกไม้อีกด้วย ดอกไม้และพืชแต่ละชนิดมีความหมายและสัญลักษณ์เฉพาะ และด้วยการจัดเรียงในลักษณะเฉพาะ ซามูไรสามารถถ่ายทอดข้อความและอารมณ์ถึงกันและกันได้ อิเคบานะถือเป็นวิธีการเคารพธรรมชาติและสิ่งแวดล้อม

ผู้ประกอบวิชาชีพอิเคบานะจะต้องให้ความเคารพอย่างลึกซึ้งต่อวัสดุที่ใช้ และชื่นชมความงามตามธรรมชาติของดอกไม้และพืชอย่างแท้จริง ผู้ปฏิบัติอิเคบานะใช้เทคนิคและสไตล์ที่หลากหลายเพื่อสร้างการจัดที่สะท้อนถึงบุคลิกและการแสดงออกทางศิลปะของตนเอง

ในการฝึกอิเคบานะ ดอกไม้และกิ่งก้านทุกดอกจะได้รับการปฏิบัติด้วยความเคารพและคำนึงถึง การเลือกและจัดเรียงสิ่งเหล่านี้กระทำด้วยสติและความเอาใจใส่ ซึ่งแสดงให้เห็นถึงความรู้สึกมีเกียรติและความเคารพต่อธรรมชาติของผู้ปฏิบัติ

อิเคบานะเกี่ยวข้องกับความซาบซึ้งอย่างลึกซึ้งต่อโลกธรรมชาติ และใช้สิ่งเหล่านี้ในงานศิลปะเพื่อสร้างความรู้สึกถึงความกลมกลืนและความสมดุล การฝึกอิเคบานะถูกมองว่าเป็นวิธีหนึ่งสำหรับซามูไรในการปลูกฝังวินัย ความอดทน และความใส่ใจในรายละเอียด ซึ่งเป็นคุณสมบัติที่สำคัญสำหรับนักรบที่จะมี อิเคบานะถูกมองว่าเป็นวิธีการปลูกฝังและแสดงความเคารพผ่านการจัดดอกไม้

อิเคบานะเป็นศิลปะที่ซับซ้อนมากและใช้เวลานานซึ่งต้องใช้ความอดทนและความอุตสาหะจึงจะเชี่ยวชาญ ซามูไรได้เรียนรู้ถึงคุณค่าของการทำงานหนัก ความพากเพียร และการอุทิศตนโดยการฝึกอิเคบานะ

อิเคะบานะเน้นความเรียบง่าย ความเรียบง่าย และวิถีชีวิตที่ถ่อมตัว ด้วยการน้อมรับค่านิยมเหล่านี้ ซามูไรจึงเรียนรู้ที่จะใช้ชีวิตแบบเรียบง่ายและเคร่งครัด ซึ่งเป็นส่วนสำคัญของบูชิโด

อิเคบานะถือเป็นการปฏิบัติทางจิตวิญญาณที่เชื่อมโยงผู้ปฏิบัติกับพระเจ้า ด้วยการปลูกฝังการเชื่อมต่อทางจิตวิญญาณนี้ ซามูไรสามารถค้นพบความสงบและความสงบภายใน ซึ่งช่วยให้พวกเขาเผชิญกับความท้าทายของชีวิตด้วยความใจเย็นและความสง่างาม

อิเคบานะยังเป็นวิธีหนึ่งในการให้เกียรติผู้คนหรือกิจกรรมต่างๆ ที่ได้รับการรำลึกผ่านการจัด ในวัฒนธรรมญี่ปุ่น ดอกไม้มักใช้เพื่อแสดงความเคารพ ความกตัญญู และความเห็นอกเห็นใจ การจัดอิเคบานะที่สร้างขึ้นเพื่อเป็นเกียรติแก่บุคคลหรือเหตุการณ์สามารถถ่ายทอดความรู้สึกเหล่านี้ได้อย่างทรงพลังและมีความหมาย

อิเคบานะช่วยซามูไรปลูกฝังค่านิยมที่สำคัญ เช่น วินัย ความเคารพ ความอ่อนน้อมถ่อมตน และความอุตสาหะ ซึ่งจำเป็นสำหรับการปฏิบัติตามหลักปฏิบัติแห่งเกียรติยศที่กำหนดโดยบูชิโด

ประโยชน์ของอิเคบานะ

อิเคะบานะ ซึ่งเป็นศิลปะการจัดดอกไม้แบบดั้งเดิมของญี่ปุ่น มีประโยชน์หลายประการร่วมกัน ซึ่งมีส่วนช่วยในการเติบโตส่วนบุคคล การมีสติ และความเป็นอยู่โดยรวม ให้เราสำรวจประโยชน์ของการฝึกอิเคะบานะตามด้วยรหัสซามูไร:

- การปลูกฝังสติ
- การบำรุงเลี้ยงความคิดสร้างสรรค์

- ความอดทนและความเพียร
- ความสามัคคีและความสมดุล
- การเชื่อมต่อกับธรรมชาติ
- การปลูกฝังวินัย
- การกระทำและความรับผิดชอบอย่างมีสติ
- ความสงบภายในและความสำเร็จ

เซนมาสเตอร์และนักเดินทาง

ครั้งหนึ่ง นักรบหนุ่มคนหนึ่งเข้าไปหาปรมาจารย์เซนเพื่อแสวงหาปัญญา นักรบถามอาจารย์ว่า "เกียรติยศกับเกียรติตนเองต่างกันอย่างไร"

พระศาสดาตรัสตอบว่า "คนอื่น ๆ จะให้เกียรติแก่ท่าน" เป็นการยอมรับการกระทำและความสำเร็จของคุณและมันมาจากภายนอกตัวคุณ ในทางกลับกัน การให้เกียรติตนเองเป็นสิ่งที่มาจากภายใน เป็นความรู้ที่คุณปฏิบัติตามค่านิยมและหลักการของคุณโดยไม่คำนึงถึงการยอมรับหรือรางวัลจากภายนอก "

นักรบหนุ่มรู้สึกทึ่งและถามว่า "ฉันจะปลูกฝังเกียรติตนเองได้อย่างไร"

พระศาสดาตรัสตอบว่า "ท่านต้องรู้จักตนเองเสียก่อน คุณต้องเข้าใจค่านิยม หลักการ และความเชื่อของคุณเอง จากนั้นคุณจะต้องปฏิบัติตามพวกเขาแม้ว่าจะเป็นการขัดต่อความคิดเห็นของผู้อื่นหรือบรรทัดฐานของสังคมก็ตาม เมื่อคุณกระทำด้วยความซื่อสัตย์ คุณจะรู้สึกถึงความภาคภูมิใจในตัวเองที่มาจากภายใน"

นักรบหนุ่มพยักหน้าและถามว่า "แต่ถ้าฉันล้มเหลวล่ะ? แล้วถ้าฉันทำผิดล่ะ?"

อาจารย์ตอบว่า "ความผิดพลาดเป็นเรื่องปกติของการเดินทาง วิธีที่คุณตอบสนองต่อพวกเขาเป็นสิ่งสำคัญ เมื่อคุณทำผิดพลาด จงรับผิดชอบต่อมันและเรียนรู้จากมัน ซื่อสัตย์กับตัวเองและผู้อื่น เมื่อคุณกระทำด้วยความซื่อสัตย์แม้จะเผชิญกับความล้มเหลว คุณจะยังคงรู้สึกมีเกียรติในตนเอง"

นักรบหนุ่มขอบคุณอาจารย์สำหรับสติปัญญาของเขาและออกเดินทางต่อไป เขาตระหนักดีว่าเกียรติที่แท้จริง ไม่ใช่สิ่งที่ผู้อื่นสามารถมอบให้แก่คุณได้ แต่เป็นสิ่งที่ต้องมาจากภายใน นอกจากนี้ เรื่องราวยังกล่าวถึงหัวข้อเรื่องเกียรติยศ เนื่องจากนักวิชาการไม่เต็มใจที่จะยอมรับคำสอนของอาจารย์

ถือเป็นการขาดเกียรติและความเคารพต่อภูมิปัญญาและประสบการณ์ของอาจารย์ ในเซน
การให้เกียรติไม่ได้เป็นเพียงการปฏิบัติตามกฎเกณฑ์และจรรยาบรรณเท่านั้น
แต่ยังเกี่ยวกับการปลูกฝังความรู้สึกเคารพและความเคารพต่อผู้ที่ได้รับความรู้และความเข้าใจมากขึ้น
การให้เกียรติไม่ได้เป็นเพียงการแสดงความเคารพภายนอกเท่านั้น
แต่ยังเกี่ยวกับการปลูกฝังทัศนคติที่ถ่อมตัวและเปิดกว้างต่อการเรียนรู้และการเติบโตอีกด้วย

เซนและเกียรติยศตนเอง

คำสอนของเซนเน้นถึงความสำคัญของการก้าวข้ามอัตตาและภาพลวงตาของตัวตนที่แยกจากกัน
การยกย่องตนเองเกี่ยวข้องกับการตระหนักว่าความปรารถนาและความผูกพันที่ขับเคลื่อนด้วยอัตตาสามารถขัดขวางความสามารถของเราในการดำเนินการด้วยความซื่อสัตย์และความถูกต้อง
ด้วยการฝึกสมาธิแบบเซนและการมีสติ
แต่ละบุคคลสามารถปลูกฝังความเข้าใจที่ลึกซึ้งยิ่งขึ้นเกี่ยวกับธรรมชาติชั่วคราวของตนเอง
ทำให้พวกเขาละทิ้งแรงจูงใจที่ขับเคลื่อนด้วยอัตตา
และยอมรับวิถีการดำรงอยู่ที่มีเกียรติและมีความเห็นอกเห็นใจมากขึ้น

ปรัชญาเซนส่งเสริมความอ่อนน้อมถ่อมตนเป็นคุณธรรมหลัก
การยกย่องตนเองรวมถึงการตระหนักถึงข้อจำกัด ความผิดพลาด และความไม่สมบูรณ์ของเราเอง
ด้วยการฝึกปฏิบัติแบบเซน
แต่ละบุคคลจะพัฒนาความอ่อนน้อมถ่อมตนโดยยอมรับว่าพวกเขาเป็นส่วนหนึ่งของสายใยแห่งการดำรงอยู่ที่เชื่อมโยงถึงกันที่ใหญ่ขึ้น ความอ่อนน้อมถ่อมตนนี้ส่งเสริมความรู้สึกเคารพผู้อื่น
ความเต็มใจที่จะเรียนรู้จากมุมมองที่แตกต่างกัน
และความเปิดกว้างต่อการเติบโตและการเปลี่ยนแปลงส่วนบุคคล

ปรัชญาเซนส่งเสริมให้บุคคลดื่มด่ำกับธรรมชาติ
โดยตระหนักว่าธรรมชาติเป็นแหล่งของภูมิปัญญาและแรงบันดาลใจ
ด้วยการมีส่วนร่วมในอิเคะบานะและโอบกอดเซน
แต่ละบุคคลสามารถกระชับความสัมพันธ์กับธรรมชาติให้ลึกซึ้งยิ่งขึ้น ปลูกฝังความรู้สึกที่น่าเกรงขาม
ความเคารพ และความปรองดอง
ซึ่งในทางกลับกันจะหล่อเลี้ยงเกียรติตนเองและความซาบซึ้งในทุกสิ่งมากขึ้น

ปรัชญาเซนสนับสนุนให้บุคคลนำการฝึกสติไปปฏิบัตินอกเหนือจากการทำสมาธิและนำไปใช้ในชีวิตประจำวัน โดยตัดสินใจเลือกอย่างมีสติและกระทำด้วยความตระหนักรู้ในทุกด้านของชีวิต

การยกย่องตนเองเป็นการเรียกร้องให้บุคคลคำนึงถึงการกระทำของตน
ให้แน่ใจว่าตนสอดคล้องกับค่านิยมของตน และส่งเสริมความเป็นอยู่ที่ดีของตนเองและผู้อื่น
ด้วยการบูรณาการแนวทางปฏิบัติเหล่านี้ แต่ละบุคคลสามารถปลูกฝังสติสัมปชัญญะอย่างลึกซึ้ง
โดยผสมผสานการกระทำแต่ละอย่างด้วยความตั้งใจ ความซื่อสัตย์ และเกียรติยศ

เกียรติยศสำหรับคนรุ่นปัจจุบัน

ในยุคปัจจุบัน เกียรติยศมีความสำคัญพอๆ กัน
โดยเฉพาะอย่างยิ่งเมื่อพิจารณาถึงความท้าทายและความกดดันมากมายที่บุคคลต้องเผชิญในสังคมยุคใหม่ ให้เกียรติร่างกายของคุณด้วยการให้ความเอาใจใส่และเอาใจใส่ตามที่สมควรได้รับ

ให้เกียรติหลักการแห่งความสมดุลโดยการกำหนดขอบเขตและสร้างการผสมผสานระหว่างงานและชีวิตส่วนตัวอย่างกลมกลืน จัดลำดับความสำคัญของสุขภาพโดยจัดเวลาทุ่มเทให้กับการดูแลตนเอง การผ่อนคลาย และทำกิจกรรมที่ทำให้คุณมีความสุขและเติมเต็ม

ในโลกที่มักส่งเสริมการประนีประนอมและความสอดคล้อง
จงมุ่งมั่นที่จะซื่อสัตย์ต่อตนเองทั้งในชีวิตส่วนตัวและในชีวิตการงาน ให้เกียรติค่านิยมของคุณ
แสดงความคิดเห็น และตัดสินใจเลือกที่สอดคล้องกับตัวตนที่แท้จริงของคุณ
ยอมรับความซื่อสัตย์และความถูกต้องเป็นหลักการชี้นำ

ระบุกิจกรรมหรืองานอดิเรกที่ทำให้คุณมีความสุขและเติมเต็ม
จัดเวลาให้กับพวกเขาในชีวิตของคุณแม้จะเพิ่มทีละน้อยก็ตาม
ไม่ว่าจะเป็นการแสวงหาความคิดสร้างสรรค์ กิจกรรมกลางแจ้ง หรือการใช้เวลาร่วมกับคนที่คุณรัก
ให้จัดลำดับความสำคัญของกิจกรรมที่ทำให้คุณมีความสุขและรู้สึกถึงจุดมุ่งหมาย

ในสังคมที่มีความเครียด การทำงานหนัก และความไม่สมดุล
ให้กำหนดขอบเขตที่ชัดเจนเพื่อปกป้องเวลาและพลังงานของคุณ
สื่อสารขีดจำกัดของคุณอย่างมีประสิทธิผล
และสร้างพื้นที่สำหรับการดูแลตนเองและความเป็นอยู่ที่ดีส่วนบุคคล

หลักปฏิบัติแห่งเกียรติยศที่รวมอยู่ในบูชิโดสามารถให้คำแนะนำอันมีคุณค่าสำหรับคนรุ่นปัจจุบัน
โดยช่วยให้บุคคลปลูกฝังค่านิยมที่สำคัญ เช่น ความซื่อสัตย์ส่วนบุคคล การเคารพผู้อื่น วินัย
ความกล้าหาญ และการรับใช้สังคม
ด้วยการผสานภูมิปัญญาโบราณของบูชิโดเข้ากับความงามของอิเคะบานะ

คนรุ่นปัจจุบันสามารถสร้างเส้นทางสู่การเติบโตส่วนบุคคล ความประพฤติที่มีจริยธรรม และการดำรงอยู่อย่างกลมกลืนกับโลกรอบตัวพวกเขา

ความภักดี(ชู)

"ความภักดีคือคำมั่นสัญญาแห่งความจริงต่อตนเองและผู้อื่น"

- อาดา เวเลซ

คุณภักดีกับตัวเองไหม?

o ค่านิยมหลักและความเชื่อของคุณคืออะไร และคุณมั่นใจได้อย่างไรว่าคุณซื่อสัตย์ต่อตนเอง?

o คุณจะจัดลำดับความสำคัญของความต้องการและความปรารถนาของคุณเองได้อย่างไร?

o เป้าหมายในชีวิตของคุณคืออะไร และเป้าหมายเหล่านี้สอดคล้องกับตัวตนที่แท้จริงของคุณอย่างไร?

o จุดแข็งและจุดอ่อนของคุณคืออะไร และคุณจะใช้ประโยชน์จากจุดแข็งและจุดอ่อนเหล่านี้ให้กลายเป็นเวอร์ชันที่ดีที่สุดของตัวเองได้อย่างไร?

o อะไรทำให้คุณมีความสุขและสมหวังมากที่สุดในชีวิต และคุณจัดเวลาให้กับสิ่งเหล่านี้อย่างไร?

o คุณจัดการกับสถานการณ์ที่ท้าทายความเชื่อหรือค่านิยมของคุณอย่างไร?

o เสียงภายในของคุณกำลังพูดอะไร และคุณมั่นใจได้อย่างไรว่าเสียงนั้นสอดคล้องกับตัวตนที่แท้จริงของคุณ?

o คุณจะจัดการกับคำวิจารณ์หรือคำติชมอย่างไร และให้แน่ใจว่าคำวิจารณ์นั้นจะไม่ทำให้คุณหลุดไปจากเส้นทางที่แท้จริงของคุณ

o คนแบบไหนที่คุณอยู่รายล้อมตัวเอง และพวกเขาส่งผลต่อความรู้สึกของตัวเองอย่างไร?

o คุณจะจัดการกับความล้มเหลวหรือความพ่ายแพ้และใช้เป็นโอกาสในการเรียนรู้อย่างไร?

o คุณจะตัดสินใจอย่างไรและมั่นใจได้อย่างไรว่าสอดคล้องกับค่านิยมและเป้าหมายของคุณ?

- คุณจะรับมือกับความท้าทายและอุปสรรคและรักษาทัศนคติเชิงบวกไ ด้อย่างไร?
- คุณจะซื่อสัตย์ต่อความเชื่อและค่านิยมของคุณได้อย่างไร แม้ว่าสิ่งเหล่านั้นอาจไม่สบายใจหรือไม่เป็นที่นิยมก็ตาม
- อะไรเป็นแรงบันดาลใจและเป็นแรงบันดาลใจให้คุณ และคุณจะเชื่อมโยงกับสิ่งเหล่านี้ได้อย่างไร?
- คุณจะฝึกการไตร่ตรองตนเองและการใคร่ครวญและใช้มันเพื่อเติบโ ตและพัฒนาในฐานะบุคคลได้อย่างไร?
- คุณจะสร้างและรักษาความสัมพันธ์ที่ดีในขณะที่ยังคงซื่อสัตย์ต่อตัวเ องได้อย่างไร?

ความภักดีคือทางเลือกส่วนบุคคลที่แต่ละบุคคลเลือกโดยพิจารณาจากค่านิยม ความเชื่อ และประสบการณ์ของตน มันสามารถได้รับอิทธิพลจากปัจจัยต่างๆ เช่น ความไว้วางใจ ความเคารพ ความน่าเชื่อถือ และการตอบแทนซึ่งกันและกัน เราต้องซื่อสัตย์ต่อเจ้านาย องค์กร ครอบครัว และเพื่อนของเรา แต่คุณเคยภักดีต่อตัวเองบ้างไหม? ในโลกที่วุ่นวายใบนี้ เราไม่มีเวลาที่จะซื่อสัตย์ต่อตัวเอง ความภักดีในตนเองเป็นการเดินทางตลอดชีวิต และต้องใช้เวลาและความพยายามในการสร้างความสัมพันธ์ที่แน่นแฟ้นกับตัวเอง มาดูกันว่าซามูไรฝึกฝนความภักดีอย่างไร และมันช่วยให้พวกเขากลายเป็นนักรบที่กล้าหาญได้อย่างไร

ความภักดี(ชู)

หลักจริยธรรมของซามูไรเน้นย้ำถึงความภักดีซึ่งเป็นหนึ่งในคุณธรรมสูงสุดที่ซามูไรสามารถครอบครอ งได้ ความภักดีในหลักปฏิบัติบูชิโดถือเป็นความมุ่งมั่นส่วนตัวอย่างลึกซึ้งต่อเจ้านาย ครอบครัว และประเทศของตน

ซามูไรได้รับการคาดหวังให้ภักดีต่อเจ้านายของตนจนถึงขั้นเสียสละตนเอง และรับใช้เจ้านายด้วยความทุ่มเทและการเชื่อฟังอย่างแน่วแน่ ลักษณะหลักประการหนึ่งของความภักดีในรหัสซามูไรก็คือความภักดีต่อเจ้านายของตน นักรบซามูไรให้คำมั่นว่าจะจงรักภักดีต่อขุนนางศักดินาหรือที่รู้จักกันในชื่อไดเมียวอย่างไม่เปลี่ยนแปล ง ความภักดีนี้มีรากฐานมาจากความรู้สึกถึงหน้าที่และเกียรติยศอันลึกซึ้ง และซามูไรก็เต็มใจที่จะอุทิศชีวิตเพื่อรับใช้และปกป้องเจ้านายของตน

ความภักดีต่อลอร์ดแสดงให้เห็นผ่านการกระทำที่กล้าหาญในสนามรบ การเชื่อฟังอย่างแน่วแน่และการรับใช้อย่างไม่เห็นแก่ตัว
ความจงรักภักดีอันลึกซึ้งนี้ก่อให้เกิดความผูกพันที่แน่นแฟ้นและความเคารพซึ่งกันและกันระหว่างซามูไรกับเจ้านาย ทำให้เกิดระบบศักดินาที่กลมกลืนและทำงานได้ดี
ซามูไรได้รับคำสัญญาว่าจะกระทำการในลักษณะที่รักษาเกียรติและเกียรติภูมิของเจ้านายของตนและรับผิดชอบต่อการกระทำและการตัดสินใจของพวกเขา
ซามูไรมักจะให้คำสาบานอย่างเป็นทางการว่าจะจงรักภักดีต่อเจ้านายของตน
ซึ่งเป็นการประกาศต่อสาธารณะถึงความมุ่งมั่นของพวกเขา
คำสาบานเหล่านี้ถือเป็นผลผูกพันตลอดชีวิต
และการไม่รักษาคำสาบานถือเป็นการเสียเกียรติอย่างร้ายแรง

ความภักดีในแบบซามูไร

ความภักดีเป็นส่วนสำคัญของหลักปฏิบัติบูชิโด ซึ่งเป็นหลักจริยธรรมของซามูไร
ความภักดีถือเป็นสิ่งสำคัญสำหรับซามูไรในการรักษาเกียรติและความซื่อสัตย์
และรักษาหน้าที่ของตนต่อเจ้านายและกลุ่มของพวกเขา
ซามูไรจะต้องปฏิบัติตามค่านิยมและความเชื่อส่วนบุคคลเสมอ
โดยไม่คำนึงถึงสถานการณ์หรือผลที่ตามมา

เพื่อฝึกฝนความภักดี
ซามูไรได้รับการส่งเสริมให้พัฒนาความรู้สึกมีวินัยในตนเองและการควบคุมตนเอง
พวกเขาถูกคาดหวังให้ปฏิบัติตามหลักจรรยาบรรณที่เข้มงวดและยึดมั่นในพฤติกรรมที่มีมาตรฐานสูงตลอดเวลา ซึ่งรวมถึงการซื่อสัตย์และให้เกียรติในการติดต่อกับผู้อื่น
การรักษาจรรยาบรรณในการทำงานที่เข้มแข็ง และเต็มใจที่จะเสียสละส่วนตัวเพื่อสิ่งที่ดีกว่า

ความภักดีภายใต้รหัสซามูไรยังขยายไปถึงครอบครัวอีกด้วย
ซามูไรได้รับการคาดหวังให้อุทิศตนและภักดีต่อพ่อแม่ พี่น้อง และสมาชิกในครอบครัว
พวกเขายึดหลักความกตัญญู ความเคารพ และการสนับสนุนสมาชิกในครอบครัว
ความภักดีต่อครอบครัวไม่เพียงแต่เป็นเรื่องของเกียรติส่วนตัวเท่านั้น
แต่ยังรับประกันความต่อเนื่องของเชื้อสายของครอบครัวและการอนุรักษ์ประเพณีและค่านิยมของบรรพบุรุษอีกด้วย ความมุ่งมั่นของซามูไรในการปกป้องและจัดหาครอบครัวของพวกเขานั้นไม่เปลี่ยนแปลงและพวกเขาถือว่าเกียรติของครอบครัวนั้นเกี่ยวพันกับครอบครัวของพวกเขาเอง

อีกแง่มุมหนึ่งของความภักดีในรหัสซามูไรก็คือความภักดีต่อสหายและเพื่อนนักรบ นักรบซามูไรได้สร้างความผูกพันอันใกล้ชิดกับเพื่อนทหารของพวกเขา โดยหล่อหลอมผ่านประสบการณ์ที่แบ่งปันในสนามรบและความมุ่งมั่นร่วมกันในการให้เกียรติและหน้าที่ ความภักดีต่อสหายหมายถึงการยืนหยัดเคียงข้างพวกเขาในช่วงเวลาแห่งความทุกข์ยาก ให้การสนับสนุนและการปกป้อง และการแสดงความภักดีอย่างแน่วแน่ทั้งในและนอกสนามรบ ความสนิทสนมกันและความไว้วางใจซึ่งกันและกันนี้มีความสำคัญอย่างยิ่งต่อความสำเร็จของการรณรงค์ทางทหารและความสามัคคีโดยรวมของชนชั้นซามูไร

ซามูไรยังได้รับการสนับสนุนให้ปลูกฝังความรู้สึกตระหนักรู้ในตนเองและการวิปัสสนา พวกเขาถูกคาดหวังให้ไตร่ตรองถึงการกระทำและแรงจูงใจของตน และมุ่งมั่นที่จะพัฒนาตนเองทั้งทางร่างกายและจิตใจอย่างต่อเนื่อง

ซามูไรมีความจงรักภักดีอย่างดุเดือดต่อความรู้สึกถึงจุดประสงค์และค่านิยมของตนเอง พวกเขาได้รับการสนับสนุนให้บรรลุเป้าหมายด้วยความหลงใหลและความมุ่งมั่น และยังคงแน่วแน่ต่อความรู้สึกซื่อสัตย์และให้เกียรติของตนเอง แม้จะเผชิญกับความยากลำบากก็ตาม

ด้วยการซื่อสัตย์ต่อตนเองและค่านิยมของตนเอง ซามูไรจึงสามารถดำเนินชีวิตอย่างมีจุดประสงค์และความหมาย และรักษาหลักการแห่งเกียรติยศ หน้าที่ และการเสียสละตนเองซึ่งเป็นหัวใจสำคัญของวิถีชีวิตของพวกเขา

โชชินช่วยเหลือซามูไรอย่างไร

ปรัชญาเซนยังให้ความสำคัญกับความภักดีต่อตนเองหรือความภักดีต่อตนเองเป็นอย่างมาก ในเซน สิ่งนี้มักเรียกว่า "โชชิน" หรือ "จิตใจของผู้เริ่มต้น" ซึ่งหมายถึงการเข้าใกล้สถานการณ์ด้วยทัศนคติที่เปิดกว้างและไม่ตัดสิน และเต็มใจที่จะละทิ้งอคติและอคติ

แนวคิดเรื่องความภักดีในตนเองในเซนยังเกี่ยวข้องกับการซื่อสัตย์ต่อตนเองและค่านิยมของตนเอง แทนที่จะปฏิบัติตามความคาดหวังหรือความคิดเห็นของผู้อื่น นี่หมายถึงการรับผิดชอบต่อความคิดและการกระทำของตนเอง และตัดสินใจโดยยึดตามคำแนะนำภายในและสัญชาตญาณของตนเอง แทนที่จะเป็นแรงกดดันหรืออิทธิพลจากภายนอก

โชชินช่วยเหลือพวกเขาด้วยการอนุญาตให้พวกเขาเข้าถึงแต่ละสถานการณ์ด้วยมุมมองที่สดใหม่และใจที่เปิดกว้าง ปราศจากข้อจำกัดของประสบการณ์ในอดีตหรือความคิดอุปาทาน

ซามูไรผู้ฝึกฝนโชชินจะเข้าสู้รบทุกครั้งราวกับว่าเป็นการต่อสู้ครั้งแรก โดยไม่มีสมมติฐานหรือความคาดหวังใดๆ ว่ามันจะเผยออกมาอย่างไร สิ่งนี้ทำให้พวกเขามีสมาธิ ตื่นตัว และสามารถตอบสนองต่อสถานการณ์ที่เปลี่ยนแปลงได้อย่างรวดเร็ว นอกจากนี้ยังช่วยให้พวกเขาหลีกเลี่ยงการชะล่าใจหรือมั่นใจมากเกินไปซึ่งอาจนำไปสู่ความผิดพลาดหรือความพ่ายแพ้ได้

โชชินช่วยให้ซามูไรเรียนรู้และพัฒนาทักษะอย่างต่อเนื่อง ด้วยการรักษาจิตใจของผู้เริ่มต้น พวกเขาเปิดรับเทคนิค แนวคิด และแนวทางการต่อสู้ใหม่ๆ อยู่เสมอ พวกเขาไม่ได้ถูกจำกัดด้วยการฝึกฝนหรือชัยชนะในอดีต และมองหาวิธีปรับปรุงอยู่เสมอ ตอนนี้เรามาดูกันว่าซามูไรปฏิบัติตามเทคนิคง่ายๆ ที่ช่วยให้พวกเขาภักดีต่อตนเองได้อย่างไร

สวนร็อค

สวนหินหรือที่รู้จักกันในชื่อคาเรซันซุยหรือสวน "ภูมิทัศน์แห้ง" มีต้นกำเนิดในญี่ปุ่นในศตวรรษที่ 14 และได้รับการออกแบบให้เป็นตัวแทนของทิวทัศน์ธรรมชาติ เช่น ภูเขาและน้ำตก โดยใช้หิน กรวด และทราย

สวนหินเป็นสวนประเภทหนึ่งที่มีหิน หิน และก้อนหินเป็นองค์ประกอบหลักในการออกแบบ สวนเหล่านี้มักมีพืชหลากหลายชนิด เช่น พืชอวบน้ำ กระบองเพชร และพันธุ์อัลไพน์ ซึ่งเหมาะสำหรับการปลูกในสภาพแวดล้อมที่เป็นหินหรือแห้ง องค์ประกอบสำคัญสามประการที่ใช้ในการสร้างสวนญี่ปุ่น ได้แก่ หินซึ่งเป็นโครงสร้างของภูมิทัศน์ น้ำเป็นตัวแทนของพลังแห่งชีวิต และพืชที่ให้สีสันและการเปลี่ยนแปลงตลอดฤดูกาล

สวนหินสามารถสร้างขึ้นได้หลากหลายสไตล์ ตั้งแต่การออกแบบที่เรียบง่ายและเรียบง่าย ไปจนถึงสวนหลายระดับที่ซับซ้อนยิ่งขึ้นพร้อมทางเดินที่คดเคี้ยว สระน้ำ และบริเวณที่นั่งเล่น การใช้หินประเภทและขนาดต่างๆ ตลอดจนการจัดวางต้นไม้ สามารถสร้างพื้นที่สวนที่สะดุดตาและมีเอกลักษณ์เฉพาะตัวได้

สวนหินมักใช้ในบริเวณที่ดินไม่ดีหรือมีปัญหาเรื่องการระบายน้ำ เนื่องจากสามารถออกแบบให้น้ำไหลผ่านหินและลงสู่ดินด้านล่างได้ ยังเป็นที่นิยมในพื้นที่ที่มีพื้นที่จำกัด เช่น สนามหญ้าเล็กๆ ในเมืองหรือสวนบนชั้นดาดฟ้า เนื่องจากสามารถออกแบบให้พอดีกับพื้นที่ที่ค่อนข้างเล็กได้

ซากุเทกิ

ซาคุเทอิกิหรือที่รู้จักกันในชื่อ "บันทึกการทำสวน" เป็นคู่มือการออกแบบสวนของญี่ปุ่นตั้งแต่ศตวรรษที่ 11 ให้คำแนะนำโดยละเอียดและหลักการในการสร้างสวนสไตล์ต่างๆ รวมถึงสวนหินที่มีชื่อเสียง

ซาคุเทอิกิให้แนวทางเฉพาะในการออกแบบสวนหิน ตัวอย่างเช่น แนะนำให้ใช้ก้อนหินเป็นเลขคี่แทนที่จะเป็นเลขคู่ เนื่องจากตัวเลขคี่ถือเป็นความสวยงามในวัฒนธรรมญี่ปุ่น นอกจากนี้ยังแนะนำให้จัดเรียงหินในลักษณะที่ดูเป็นธรรมชาติ หลีกเลี่ยงรูปแบบหรือความสมมาตรที่อาจดูเทียมเกินไป

คู่มือนี้ยังเน้นถึงความสำคัญของการเลือกหินที่เหมาะสมสำหรับสวนหินอีกด้วย โดยแนะนำให้เลือกหินที่มีรูปร่างและพื้นผิวที่น่าสนใจ และจัดวางในลักษณะที่ดูเหมือนว่าหินนั้นถูกสภาพอากาศตามธรรมชาติจากองค์ประกอบต่างๆ

ซาคุเทอิกิเป็นทรัพยากรอันมีค่าสำหรับซามูไรที่สนใจการออกแบบสวน โดยให้คำแนะนำโดยละเอียดและหลักการในการสร้างสวนสไตล์ต่างๆ รวมถึงสวนหินซึ่งเป็นที่นิยมในหมู่ซามูไรเป็นพิเศษ

ดังที่ซาคุเทอิกิเขียนไว้ว่า:

ภูเขาจะอ่อนแอถ้าไม่มีหินค้ำจุน บางครั้งเมื่อภูเขาอ่อนแอก็จะถูกน้ำทำลาย จักรพรรดิจะอ่อนแอถ้าไม่มีที่ปรึกษา กล่าวอีกนัยหนึ่ง ราวกับว่าอาสาสมัครได้โจมตีจักรพรรดิของพวกเขา นั่นคือเหตุผลที่ว่ากันว่าเป็นเพราะหินภูเขาจึงปลอดภัย

และต้องขอบคุณราษฎรของเขาที่ทำให้จักรพรรดิปลอดภัย ด้วยเหตุนี้เองที่เมื่อคุณสร้างภูมิทัศน์ คุณจะต้องวางหินไว้รอบภูเขาโดยไม่เสียค่าใช้จ่ายใดๆ

สวนหินได้รับการออกแบบเพื่อส่งเสริมการผ่อนคลาย การไตร่ตรอง และการทำสมาธิ มักใช้เป็นวิธีในการส่งเสริมความสงบภายในและความเงียบสงบ ซึ่งเป็นคุณสมบัติที่ถือว่าจำเป็นต่อการพัฒนาจิตวิญญาณของซามูไร มักพบพวกมันในบริเวณบ้านพักและวัดของซามูไร ซึ่งเป็นสัญลักษณ์สำคัญของความภักดีของซามูไรต่อเจ้านายและความมุ่งมั่นต่อประเทศของพวกเขา

ซามูไรและสวนหินของพวกเขา

สวนหินได้รับการออกแบบเพื่อรวบรวมแก่นแท้ของธรรมชาติและส่งเสริมการไตร่ตรอง การสร้างและบำรุงรักษาสวนหินเป็นวิธีหนึ่งที่นักรบซามูไรสามารถแสดงคุณค่าเหล่านี้และรวมเอาโลกธรรมชาติเข้ามาในชีวิตประจำวันของพวกเขา

ซามูไรมองว่าสวนหินเป็นวิธีการสร้างความรู้สึกสงบและสันติสุขภายใน ซึ่งจำเป็นต่อการปฏิบัติบูชิโดของพวกเขา วินัยและการมุ่งเน้นที่จำเป็นในการสร้างและบำรุงรักษาสวนหินถือเป็นคุณสมบัติอันมีค่าสำหรับนักรบซามูไรที่จะครอบครอง เนื่องจากจำเป็นต่อความสำเร็จในสนามรบและในชีวิตประจำวัน

การใช้องค์ประกอบทางธรรมชาติในสวนหิน เช่น หินและทราย ถือเป็นเครื่องเตือนใจถึงความไม่เที่ยงของชีวิตและความสำคัญของการอยู่ร่วมกับธรรมชาติ การสร้างและดูแลรักษาสวนหินต้องใช้เวลาและความพยายาม และกระบวนการนี้สามารถช่วยเสริมสร้างความรู้สึกเป็นเจ้าของและความรับผิดชอบได้ ผลก็คือ ผู้ที่มีสวนหินอาจรู้สึกภักดีต่อตนเองและงานที่พวกเขาทุ่มเทมากขึ้น

สวนหินมักได้รับการออกแบบให้เรียบง่ายและเรียบง่าย ช่วยให้บุคคลมุ่งเน้นไปที่องค์ประกอบและลวดลายตามธรรมชาติภายในสวน และสะท้อนถึงความงามและความเรียบง่ายของธรรมชาติด้วยการจัดวางที่สม่ำเสมอและกลมกลืน ความสม่ำเสมอนี้สามารถแสดงถึงความสำคัญของความภักดีและการยึดมั่นในคุณค่าและความเชื่อของตนเอง

สวนหินเป็นพื้นที่สำหรับการไตร่ตรองตนเองและใคร่ครวญ กระบวนการไตร่ตรองนี้สามารถช่วยให้แต่ละบุคคลมีความเข้าใจที่ลึกซึ้งยิ่งขึ้นเกี่ยวกับตนเอง รวมถึงคุณค่าและความเชื่อของตนเอง ซึ่งในที่สุดจะนำไปสู่ความรู้สึกภักดีต่อค่านิยมเหล่านี้มากขึ้น

ซามูไรใช้สวนหินเป็นวิธีการทำสมาธิ ด้วยการมุ่งเน้นไปที่ลวดลายของหินและทราย แต่ละบุคคลสามารถล้างจิตใจและพัฒนาความรู้สึกตระหนักรู้ในตนเองและการเชื่อมโยงกับช่วงเวลาปัจจุบันได้อย่างลึกซึ้งยิ่งขึ้น สวนหินมีสภาพแวดล้อมที่สงบและเงียบสงบ ช่วยให้ซามูไรได้มีจิตใจปลอดโปร่งและผ่อนคลายหลังจากการต่อสู้หรือการฝึกฝนมาทั้งวัน

สวนหินมีสภาพแวดล้อมที่สงบและเงียบสงบซึ่งสามารถช่วยลดความเครียดและความวิตกกังวลได้ เมื่อบุคคลรู้สึกผ่อนคลายและสบายใจมากขึ้น
พวกเขาอาจมีแนวโน้มที่จะจัดลำดับความสำคัญความต้องการและความเป็นอยู่ของตนเองมากขึ้น ซึ่งท้ายที่สุดจะนำไปสู่ความภักดีที่เพิ่มขึ้น

ประโยชน์ของสวนร็อค

หลังจากฝึกฝนการสร้างและดูแลรักษาสวนหินหรือที่เรียกว่าสวนเซนหรือสวนหินญี่ปุ่น มีประโยชน์หลายประการที่สามารถเสริมสร้างความรู้สึกภักดีได้
ต่อไปนี้เป็นข้อดีบางประการของการมีส่วนร่วมในการฝึกฝนและวิธีปลูกฝังความภักดี:

- o การปลูกฝังสติและความสงบภายใน
- o บำรุงความอดทนและความเพียร
- o โอบกอดความเรียบง่ายและความมินิมอล
- o ส่งเสริมความใส่ใจในรายละเอียด
- o ส่งเสริมการเชื่อมต่อกับธรรมชาติ
- o ส่งเสริมการไตร่ตรองและการไตร่ตรอง
- o เสริมสร้างความเป็นอยู่ทางอารมณ์
- o สร้างแรงบันดาลใจความคิดสร้างสรรค์และการแสดงออก
- o การบำรุงเลี้ยงความรู้สึกของมรดก

ZEN MASTER เกี่ยวกับความภักดีและความภักดีในตนเอง

อาจารย์อธิบายว่า "ความภักดีในตนเองหมายถึงการซื่อสัตย์ต่อตนเอง มันหมายถึงการจงรักภักดีต่อธรรมชาติของคุณเอง ต่อเสียงภายในของคุณเอง หมายถึงการไม่ทรยศต่อตนเอง แม้ว่าจะต้องขัดแย้งกับฝูงชนหรือความคิดเห็นของผู้อื่นก็ตาม

ความภักดีในตนเองหมายถึงการมีความกล้าหาญที่จะเดินตามเส้นทางของตนเอง ซื่อสัตย์ต่อค่านิยมของตนเอง และใช้ชีวิตด้วยความถูกต้องและความซื่อสัตย์"

ศิษย์คิดอยู่ครู่หนึ่งจึงถามว่า "แต่นั่นไม่ใช่ความเห็นแก่ตัวหรอกหรือ?"

อาจารย์ยิ้มแล้วพูดว่า "ไม่ มันไม่เห็นแก่ตัว" เมื่อคุณซื่อสัตย์ต่อตนเอง คุณก็ซื่อสัตย์ต่อผู้อื่นด้วย เมื่อคุณดำเนินชีวิตด้วยความจริงใจและซื่อสัตย์ คุณจะสร้างแรงบันดาลใจให้ผู้อื่นทำเช่นเดียวกัน เมื่อคุณเดินตามเส้นทางของคุณเอง คุณจะกลายเป็นแสงสว่างให้ผู้อื่นเดินตาม ความภักดีต่อตนเองไม่เพียงแต่สำคัญต่อความสุขและความสำเร็จของตนเองเท่านั้น แต่ยังเป็นประโยชน์ต่อผู้อื่นรอบตัวด้วย"

ศิษย์พยักหน้าและพูดว่า "ตอนนี้ฉันเข้าใจแล้ว ขอบคุณครับอาจารย์"

เรื่องนี้สอนเราว่าทุกคนควรภักดีต่อตนเอง ช่วยให้บุคคลพัฒนาความรู้สึกภักดีต่อตนเองและค่านิยมของตนเองมากขึ้น ไม่ว่าจะอยู่ในสถานการณ์ใดก็ตาม

เซนและความภักดีในตนเอง

ปรัชญาเซนสอนให้บุคคลละทิ้งความผูกพันกับผลลัพธ์ภายนอก ความคิดเห็นและความคาดหวังของสังคม
การปล่อยความต้องการการตรวจสอบจากผู้อื่นและการยอมรับคุณค่าที่แท้จริงของตนเอง แต่ละคนสามารถปลูกฝังความภักดีในตนเองได้
การปล่อยอิทธิพลภายนอกออกไปทำให้บุคคลสามารถเลือกที่สะท้อนความปรารถนาและค่านิยมของตนเองอย่างแท้จริง แทนที่จะแสวงหาการยอมรับหรือปฏิบัติตามบรรทัดฐานทางสังคม

ปรัชญาเซนส่งเสริมการเติบโตและการเปลี่ยนแปลงส่วนบุคคลอย่างต่อเนื่อง โดยน้อมนำแนวคิด "จิตของผู้เริ่มต้น"

- เข้าถึงแต่ละประสบการณ์ด้วยความอยากรู้อยากเห็น เปิดกว้าง และความเต็มใจที่จะเรียนรู้ - บุคคลสามารถส่งเสริมความภักดีในตนเองโดยแสวงหาโอกาสในการเติบโตและการขยายตัวอย่างแข็งขัน

ความมุ่งมั่นในการเติบโตส่วนบุคคลนี้แสดงให้เห็นถึงความภักดีต่อศักยภาพของตนเองและการแสวงหาความเป็นตัวเองในเวอร์ชันที่ดีที่สุด

ปรัชญาเซนเน้นการใช้ชีวิตด้วยความแท้จริงและความซื่อสัตย์ การปรับความคิด คำพูด และการกระทำให้สอดคล้องกัน
แต่ละบุคคลจะปลูกฝังความรู้สึกภักดีในตนเองโดยยึดมั่นในคุณค่าและความเชื่อของตนอย่างแท้จริง
ความถูกต้องและความซื่อสัตย์นี้ช่วยให้บุคคลสามารถดำเนินชีวิตโดยสอดคล้องกับตนเองและตัดสินใจเลือกที่สอดคล้องกับตัวตนที่แท้จริงของตนเอง
ส่งเสริมความรู้สึกภักดีอย่างลึกซึ้งต่อหลักการของตนเอง

ความภักดีสำหรับคนรุ่นปัจจุบัน

คุณค่าของความภักดีสามารถช่วยเหลือคนรุ่นปัจจุบันได้โดยการส่งเสริมความไว้วางใจ
สร้างความสัมพันธ์ และสร้างความรู้สึกถึงจุดมุ่งหมายและความรับผิดชอบต่อผู้อื่น
แม้ว่าโลกจะพัฒนาไปและบริบทก็เปลี่ยนไป
แต่หลักการแห่งความภักดียังคงมีความเกี่ยวข้องที่สำคัญกับคนรุ่นปัจจุบันของเรา

ความภักดีเป็นสิ่งสำคัญของความสัมพันธ์ที่ดี ไม่ว่าจะเป็นความสัมพันธ์โรแมนติก มิตรภาพ หรือความสัมพันธ์ทางวิชาชีพ
ความภักดีต่ออีกฝ่ายสามารถสร้างความไว้วางใจและกระชับความสัมพันธ์ระหว่างคนสองคนได้
การแสดงความภักดีถือเป็นการแสดงความมุ่งมั่นและความเต็มใจที่จะช่วยเหลืออีกฝ่ายผ่านช่วงเวลาที่ดีและไม่ดี

ความภักดีต่อนายจ้างสามารถช่วยให้คุณสร้างชื่อเสียงที่แข็งแกร่งและส่งเสริมสภาพแวดล้อมการทำงานเชิงบวกได้ นายจ้างให้ความสำคัญกับพนักงานที่แสดงความภักดีโดยการตรงต่อเวลา พึ่งพาได้ และทำงานอย่างหนักเพื่อให้บรรลุเป้าหมายขององค์กร ด้วยความภักดี
คุณสามารถสร้างความรู้สึกไว้วางใจกับเพื่อนร่วมงานและผู้บังคับบัญชาของคุณได้
ซึ่งอาจนำไปสู่โอกาสที่มากขึ้นสำหรับความก้าวหน้าทางอาชีพ

การแสดงความภักดีต่อเป้าหมายสามารถช่วยให้คุณสร้างผลกระทบเชิงบวกต่อโลกได้
ไม่ว่าจะเป็นการสนับสนุนการกุศล การเป็นอาสาสมัครในชุมชนของคุณ หรือการสนับสนุนเพื่อจุดประสงค์ทางการเมือง
ความภักดีต่อการกุศลสามารถทำให้คุณรู้สึกถึงจุดประสงค์และการบรรลุเป้าหมาย
คุณสามารถสร้างความแตกต่างและสร้างแรงบันดาลใจให้ผู้อื่นทำเช่นเดียวกันได้โดยการให้คำมั่นสัญญาต่อสาเหตุ

ซามูไรเห็นคุณค่าของสำนึกในหน้าที่และหลักการของพวกเขา พวกเขาภักดีต่อหลักศีลธรรมของตน และพวกเขาก็เต็มใจที่จะยืนหยัดเพื่อความเชื่อของตน
ในยุคปัจจุบันเราสามารถใช้หลักการเดียวกันนี้เพื่อรักษาความซื่อสัตย์ต่อค่านิยมและความเชื่อของเรา ด้วยความภักดีต่อหลักการของเรา เราจึงสามารถได้รับความเคารพและเป็นแบบอย่างที่ดีให้กับผู้อื่น

ซามูไรให้ความสำคัญกับความภักดีต่อทีมเป็นอย่างมาก
พวกเขาได้รับการฝึกฝนให้ทำงานร่วมกันและสนับสนุนซึ่งกันและกันในการต่อสู้
ในยุคปัจจุบันเราสามารถนำหลักการเดียวกันนี้ไปใช้กับทีมของเราได้ ไม่ว่าจะเป็นเพื่อนร่วมงาน ครอบครัว หรือเพื่อนฝูง ความภักดีต่อทีมของเราทำให้เราสามารถสร้างความไว้วางใจ ส่งเสริมการทำงานร่วมกัน และบรรลุเป้าหมายร่วมกัน

ซามูไรเป็นที่รู้จักในเรื่องความจงรักภักดีต่อเจ้านายของตน
ในรุ่นปัจจุบันเราสามารถนำหลักการเดียวกันนี้ไปใช้กับนายจ้างของเราได้ ด้วยความภักดีต่อนายจ้าง เราสามารถแสดงให้เห็นถึงความมุ่งมั่นของเราต่อองค์กรและเป้าหมายขององค์กรได้
สิ่งนี้สามารถนำไปสู่โอกาสที่มากขึ้นสำหรับความก้าวหน้าในอาชีพและความรู้สึกเติมเต็มในงานของเรา

ความภักดีของซามูไรสามารถใช้เป็นบทเรียนอันมีค่าสำหรับคนรุ่นปัจจุบันได้
ด้วยการภักดีต่อค่านิยมของเรา ทีมของเรา นายจ้างของเรา และชุมชนของเรา เราสามารถสร้างความไว้วางใจ ส่งเสริมการทำงานร่วมกัน บรรลุเป้าหมายของเรา และสร้างผลกระทบเชิงบวกต่อโลก

การควบคุมตนเอง(จีเซย์)

"คุณต้องควบคุมตนเองในโลกที่ไม่สามารถควบคุมได้"

- เจมส์.ซี. คอลลินส์

สามารถ คุณ ควบคุม ตัวคุณเอง ใน สถานการณ์ใด ๆ ?

- คุณจะทำให้การควบคุมตนเองเป็นนิสัยหรือเป็นส่วนหนึ่งของกิจวัตรประจำวันของคุณได้อย่างไร?
- คุณจะรู้ได้อย่างไรว่าเมื่อใดที่คุณกำลังดิ้นรนเพื่อรักษาการควบคุมตนเอง?
- คุณจะจัดการกับความเครียดและความวิตกกังวลเพื่อรักษาการควบคุมตนเองได้อย่างไร?
- การมีสติหรือการทำสมาธิมีบทบาทอย่างไรในความพยายามของคุณที่จะรักษาการควบคุมตนเอง?
- คุณจะเฉลิมฉลองและให้รางวัลตัวเองในการควบคุมตนเองอย่างไร?
- คุณจะจัดการอารมณ์ของคุณอย่างไรเพื่อรักษาการควบคุมตนเอง?
- คุณจะรักษาแรงจูงใจในการควบคุมตนเองเมื่อเวลาผ่านไปได้อย่างไร?
- การฝึกควบคุมตนเองส่งผลเชิงบวกต่อชีวิตของคุณอย่างไร?
- คุณมีความรับผิดชอบต่อตัวเองอย่างไรในความพยายามควบคุมตนเอง?
- คุณจัดลำดับความสำคัญด้านต่างๆ ในชีวิตที่คุณต้องการควบคุมตนเองอย่างไร
- คุณมีแรงจูงใจในการควบคุมตนเองอย่างไร
โดยเฉพาะอย่างยิ่งเมื่อมันเป็นเรื่องท้าทาย
- คุณจะรักษาโมเมนตัมและปรับปรุงการควบคุมตนเองเมื่อเวลาผ่านไปได้อย่างไร ?

การควบคุมตนเองเป็นแนวทางปฏิบัติที่เราต้องปฏิบัติตามเพื่อจัดการกับแรงกระตุ้น อารมณ์ และพฤติกรรมของเราเอง โดยเกี่ยวข้องกับการตัดสินใจอย่างมีสติว่าจะตอบสนองต่อสถานการณ์ต่างๆ อย่างไร ต่อต้านสิ่งล่อใจในระยะสั้น และจัดลำดับความสำคัญของเป้าหมายระยะยาวของเราเองโดยการทำงานอย่างมีสติกับจิตใจและร่างกายของเรา ไม่ใช่คุณลักษณะที่มีทั้งหมดหรือไม่มีเลย และแต่ละบุคคลอาจประสบปัญหาในการควบคุมตนเองในบางด้านของชีวิตในขณะที่มีระเบียบวินัยสูงในผู้อื่น มันต้องมีการฝึกฝน ความมุ่งมั่น และการตระหนักรู้ในตนเองอย่างต่อเนื่อง

เพื่อรักษาและปรับปรุงอยู่ตลอดเวลา
เรามาดูกันว่าซามูไรฝึกการควบคุมตนเองในสถานการณ์ที่ยากลำบากอย่างไร

การควบคุมตนเอง(จีเซย์)

การควบคุมตนเองถือเป็นสิ่งสำคัญอย่างยิ่งภายใต้หลักปฏิบัติบูชิโด
ซึ่งเป็นระบบจริยธรรมที่ควบคุมซามูไรในระบบศักดินาของญี่ปุ่น
การควบคุมตนเองเป็นรากฐานสำคัญของความสามารถของซามูไรในการควบคุมอารมณ์ของตน
ถือเป็นคุณธรรมพื้นฐานและมีบทบาทสำคัญในการกำหนดลักษณะนิสัย   ความประพฤติ
และการแสวงหาความเป็นเลิศของซามูไร

การควบคุมตนเองภายใต้หลักปฏิบัติบูชิโดแสดงถึงการฝึกฝนความเข้มแข็งจากภายใน   วินัย
และความซื่อสัตย์ทางศีลธรรม   ช่วยให้ซามูไรสามารถควบคุมอารมณ์   การกระทำ
และความปรารถนาของพวกเขา   ทำให้พวกเขากระทำการอย่างมีเกียรติ   ตัดสินใจอย่างชาญฉลาด
และรวบรวมอุดมคติของหลักปฏิบัติ
การควบคุมตนเองเป็นคุณธรรมพื้นฐานที่กำหนดเส้นทางของซามูไร ไปสู่การเติบโตส่วนบุคคล
ความเป็นเลิศทางศีลธรรม และการปฏิบัติหน้าที่ในฐานะนักรบและสมาชิกของสังคมให้สำเร็จ

การควบคุมตนเองในแบบซามูไร

วัฒนธรรมซามูไรให้ความสำคัญกับการควบคุมตนเองเป็นอย่างมาก
ซึ่งถือเป็นสิ่งสำคัญสำหรับนักรบในการปฏิบัติหน้าที่และเกียรติยศของตน   สำหรับซามูไร
การควบคุมตนเองหมายถึงความสามารถในการควบคุมอารมณ์และแรงกระตุ้นของตนเองในทุกสถานก
ารณ์   ซึ่งรวมถึงการรักษาความสงบและสงบเมื่อเผชิญกับอันตรายหรือความทุกข์ยาก
รวมถึงการละเว้นจากการกระทำตามแรงกระตุ้นหรืออารมณ์ในการมีปฏิสัมพันธ์ระหว่างบุคคล
การควบคุมตนเองถือเป็นเรื่องสำคัญในการต่อสู้
เนื่องจากช่วยให้นักรบสามารถตัดสินใจอย่างมีเหตุผลและรักษาวินัยได้แม้อยู่ท่ามกลางความสับสนวุ่นว
าย

ซามูไรถูกคาดหวังให้ควบคุมการกระทำและความปรารถนาของตน   แสดงความพอประมาณ
และหลีกเลี่ยงการปล่อยตัวมากเกินไป   ระเบียบวินัยนี้ขยายไปถึงแง่มุมต่างๆ   ของชีวิต
รวมถึงความประพฤติส่วนบุคคล   ปฏิสัมพันธ์ทางสังคม   และการบริโภคสิ่งของทางวัตถุ
ซามูไรรักษาความรู้สึกสมดุล   หลีกเลี่ยงการกระทำที่มากเกินไป

และจัดลำดับความสำคัญของหน้าที่และภาระผูกพันของตนเหนือความพึงพอใจส่วนตัวโดยการใช้ความอดกลั้นตนเอง

การควบคุมตนเองสอนให้พวกเขาถ่ายทอดความก้าวร้าวและความกล้าหาญในการต่อสู้อย่างมีความรับผิดชอบ พวกเขาถูกคาดหวังให้ใช้ทักษะของตนอย่างรอบคอบ และใช้ความรุนแรงเมื่อจำเป็นเท่านั้นเพื่อปกป้องตนเอง เจ้านาย หรือชุมชนของพวกเขา ด้วยการควบคุมตนเอง ซามูไรเรียนรู้ที่จะบรรเทาความก้าวร้าว รักษาการควบคุมการกระทำของพวกเขา และสร้างความมั่นใจว่าทักษะการต่อสู้ของพวกเขาถูกใช้เพื่อจุดประสงค์ที่ชอบธรรม มากกว่าที่จะแสดงความอาฆาตพยาบาทส่วนตัวหรือการแสดงพลังโดยประมาท มาดูกันว่านักรบซามูไรจะสามารถควบคุมตนเองในทุกสถานการณ์ได้อย่างไร

การประดิษฐ์ตัวอักษร

การประดิษฐ์ตัวอักษรเป็นรูปแบบศิลปะที่เกี่ยวข้องกับการสร้างสรรค์งานเขียนที่สวยงามและหรูหราด้วยมือ เป็นศิลปะเชิงภาพและซับซ้อนที่ผสมผสานองค์ประกอบของทั้งการเขียนและการวาดภาพเพื่อสร้างรูปแบบสุนทรียภาพในการแสดงออกทางลายลักษณ์อักษรและภาพ

การประดิษฐ์ตัวอักษรสามารถสร้างขึ้นได้โดยใช้เครื่องมือที่หลากหลาย เช่น แปรง ปากกา หรือแม้แต่นิ้ว และสามารถทำได้บนพื้นผิวที่หลากหลาย รวมถึงกระดาษ ผ้าไหม หรือไม้ มีสไตล์การประดิษฐ์ตัวอักษรที่เป็นเอกลักษณ์ของตัวเอง โดดเด่นด้วยตัวอักษร สัญลักษณ์ และเทคนิคทางศิลปะที่แตกต่างกัน

การประดิษฐ์ตัวอักษรมักใช้เพื่อวัตถุประสงค์ที่เป็นทางการหรือในพิธีการ เช่น การสร้างบัตรเชิญ การเขียนใบรับรอง หรือการจารึกข้อความทางศาสนา อย่างไรก็ตาม ยังสามารถใช้เพื่อการแสดงออกอย่างสร้างสรรค์เพื่อเพิ่มความสวยงามและบุคลิกภาพให้กับการสื่อสารด้วยลายลักษณ์อักษร

โชโด

การทำสมาธิการประดิษฐ์ตัวอักษรหรือที่เรียกว่า "โชโด"
ในภาษาญี่ปุ่นเป็นการฝึกที่ผสมผสานศิลปะการประดิษฐ์ตัวอักษรเข้ากับหลักการทำสมาธิ
มันเกี่ยวข้องกับการใช้การประดิษฐ์ตัวอักษรเป็นเครื่องมืออันทรงพลัง โดยการบรรลุความสงบภายใน
การแสดงออก การเติบโตส่วนบุคคล การมีสติ และการพัฒนาทางจิตวิญญาณ
ในการทำสมาธิด้วยอักษรวิจิตร
การสร้างสรรค์งานเขียนที่สวยงามด้วยมือนั้นถูกใช้เป็นรูปแบบหนึ่งของการทำสมาธิ

ผู้ฝึกสมาธิอักษรวิจิตรจะเน้นไปที่การเคลื่อนไหวของมือ การไหลของหมึก
และการสร้างตัวอักษรหรือสัญลักษณ์ เพื่อให้ตนเองสามารถแสดงตนได้อย่างเต็มที่ในขณะนั้น
ลายเส้นของแปรงได้รับการออกแบบอย่างพิถีพิถันเพื่อสร้างจังหวะที่ลื่นไหลและเป็นธรรมชาติ
และผลงานชิ้นสุดท้ายมักจะถูกตัดสินบนพื้นฐานของความสง่างามและความเรียบง่าย

การฝึกสมาธิด้วยการประดิษฐ์ตัวอักษรมักเกี่ยวข้องกับพุทธศาสนานิกายเซน เนื่องจากต้องใช้สมาธิ
สมาธิ และวินัยอย่างลึกซึ้ง ด้วยการมุ่งเน้นไปที่การแสดงอักษรวิจิตร
ผู้ฝึกสามารถปลูกฝังความรู้สึกสงบและนิ่งสงบจากภายใน
ทำให้เกิดการรับรู้และความเข้าใจที่ลึกซึ้งยิ่งขึ้น

การประดิษฐ์ตัวอักษรสามารถสร้างสภาวะสมาธิที่ส่งเสริมการผ่อนคลายและบรรเทาความเครียด
วิธีนี้จะช่วยลดความรู้สึกวิตกกังวลหรือหุนหันพลันแล่น ซึ่งส่งผลให้ควบคุมตนเองได้ดีขึ้น
การทำสมาธิอักษรวิจิตรสามารถฝึกได้ตามลำพังหรือเป็นกลุ่ม
และมักมีการสอนในสภาพแวดล้อมแบบดั้งเดิม เช่น วัดนิกายเซนหรือโรงเรียนสอนอักษรวิจิตร

โชโดะตามมาด้วยซามูไร

การประดิษฐ์ตัวอักษรเป็นรูปแบบศิลปะและทักษะอันทรงคุณค่าในหมู่ซามูไร ซึ่งเชื่อว่าเป็นการฝึกฝนวินัย การมุ่งเน้น และความซาบซึ้งในความงาม การประดิษฐ์ตัวอักษรมักได้รับการฝึกฝนเป็นรูปแบบหนึ่งของการทำสมาธิและการพัฒนาตนเอง

ในการฝึกอักษรวิจิตร ซามูไรจะต้องเตรียมอุปกรณ์ต่างๆ ก่อน เช่น แปรง หมึก กระดาษ และหินหมึก จากนั้นพวกเขาจะนั่งลงที่โต๊ะ มักจะอยู่ในพื้นที่ที่เงียบสงบและเป็นส่วนตัว และเริ่มฝึกเขียนตัวอักษร ฝีแปรงถูกกระทำด้วยความแม่นยำ ความลื่นไหล และจังหวะ และซามูไรจะพยายามถ่ายทอดความรู้สึกถึงความกลมกลืนและความสมดุลในการทำงานของพวกเขา

การประดิษฐ์ตัวอักษร ไม่ใช่แค่การสร้างตัวละครที่สวยงามเท่านั้น อย่างไรก็ตาม มันยังถูกมองว่าเป็นวิธีการปลูกฝังลักษณะนิสัยและระเบียบวินัยภายในอีกด้วย ด้วยการฝึกฝนการประดิษฐ์ตัวอักษร ซามูไรสามารถพัฒนาสมาธิ ความอดทน และความใส่ใจในรายละเอียดได้มากขึ้น การเขียนตัวละครต้องใช้สมาธิและการควบคุมในระดับลึก ซึ่งช่วยให้จิตใจและกำลังใจของซามูไรแข็งแกร่งขึ้น

การประดิษฐ์ตัวอักษรเน้นความเรียบง่าย ความสง่างาม และพลังในการดำเนินการ โดยทั่วไปแล้วตัวละครจะเขียนด้วยลายเส้นที่หนาและมั่นใจ ซึ่งสื่อถึงความแข็งแกร่งและศักดิ์ศรี

นอกเหนือจากการฝึกเขียนอักษรวิจิตรเพื่อพัฒนาตนเองแล้ว ซามูไรยังใช้อักษรวิจิตรเพื่อแสดงความคิดและอารมณ์อีกด้วย พวกเขามักจะเขียนบทกวีหรือร้อยแก้วโดยใช้การประดิษฐ์ตัวอักษรเพื่อถ่ายทอดความสวยงามและความซับซ้อนของคำพูดของพวกเขา การประดิษฐ์ตัวอักษรยังใช้เพื่อสร้างคำจารึกบนดาบและวัตถุอื่นๆ เพิ่มความรู้สึกสง่างามและซับซ้อนให้กับสิ่งของที่มีประโยชน์ใช้สอยเหล่านี้

การประดิษฐ์ตัวอักษรเป็นส่วนสำคัญของวัฒนธรรมซามูไร โดยทำหน้าที่เป็นทั้งรูปแบบศิลปะ และเปิดโอกาสให้พวกเขาได้แสดงออกและไตร่ตรองถึงตัวตนภายในของตนเอง ด้วยการฝึกฝนการเขียนพู่กัน ซามูไรสามารถพัฒนาความรู้สึกซาบซึ้งในความงาม ความแม่นยำ และความกลมกลืนอย่างลึกซึ้ง ซึ่งพวกเขาสามารถนำไปใช้กับทุกด้านของชีวิตของพวกเขาได้

ประโยชน์ของโชโดะ

การประดิษฐ์ตัวอักษรเป็นเครื่องมืออันทรงพลังในการปลูกฝังการควบคุมตนเอง เนื่องจากต้องใช้สมาธิ ความอดทน และความใส่ใจในรายละเอียด ทั้งหมดนี้สามารถช่วยให้การควบคุมตนเองดีขึ้น

รวมถึงชีวิตที่สมดุลและเติมเต็มมากขึ้น
เรามาดูกันว่าการเขียนพู่กันของซามูไรช่วยในการควบคุมตนเองได้อย่างไร และมีวิธีดังต่อไปนี้:

- ช่วยในการตระหนักรู้ในตนเอง
- ส่งเสริมการมีสติ
- พัฒนาความอดทน
- ช่วยเพิ่มวินัย
- ส่งเสริมการแสดงออก
- ปรับปรุงการประสานมือและตา

ภาพวาดหมึกขาวดำ

ภาพวาดหมึกขาวดำหรือที่รู้จักกันในชื่อ sumi-e หรือ suibokuga เป็นรูปแบบการแสดงออกทางศิลปะที่ได้รับความนิยมในวัฒนธรรมเอเชียตะวันออกดั้งเดิม รวมถึงญี่ปุ่น ภาพวาดเหล่านี้สร้างขึ้นโดยใช้หมึกสีดำ ซึ่งโดยทั่วไปได้มาจากเขม่าหรือถ่าน และมักโดดเด่นด้วยความเรียบง่าย ความเรียบง่าย และมุ่งเน้นไปที่การจับแก่นแท้ของวัตถุมากกว่ารายละเอียดที่ซับซ้อน

ศิลปินใช้การผสมผสานเทคนิคการใช้แปรงที่หลากหลาย รวมถึงแรงกด ความเร็ว และความหนาของลายเส้นที่แตกต่างกัน เพื่อสร้างเอฟเฟกต์ที่แตกต่างกันและจับแก่นแท้ของวัตถุ หมึกซึ่งโดยทั่วไปจะทำจากเขม่าผสมกับกาวหรือน้ำ จะใช้ในการเจือจางที่แตกต่างกันเพื่อให้ได้เฉดสีเทาหรือสีดำที่แตกต่างกัน

การวาดภาพด้วยหมึกขาวดำมักจะรวมการใช้พื้นที่เชิงลบ โดยที่พื้นที่ที่ไม่ได้ทาสีมีความสำคัญเท่ากับพื้นที่ที่ทาสี ความสมดุลระหว่างหมึกและพื้นที่ว่างเป็นสิ่งสำคัญในการสร้างองค์ประกอบที่กลมกลืนกัน การใช้พื้นที่เชิงลบโดยเจตนาทำให้เกิดความรู้สึกถึงจังหวะ ความลื่นไหล และความตึงเครียดภายในงานศิลปะ

ภาพวาดหมึกขาวดำตามด้วยซามูไร

ซามูไรซึ่งมีวิถีชีวิตที่มีระเบียบวินัยและใคร่ครวญ
พบว่าสอดคล้องกับปรัชญาและสุนทรียศาสตร์ของภาพวาดหมึกขาวดำ
ความเรียบง่ายและคุณสมบัติเหมือนเซนของภาพวาดหมึกขาวดำดึงดูดใจซามูไรผู้พยายามปลูกฝังความรู้สึกที่คล้ายคลึงกันในการปรากฏตัวและการตระหนักรู้ในชีวิตของตนเอง

ภาพวาดหมึกขาวดำมักนำเสนอวัตถุจากธรรมชาติ เช่น ทิวทัศน์ ดอกไม้ นก และสัตว์ต่างๆ
ซามูไรซึ่งเชื่อมโยงอย่างใกล้ชิดกับโลกธรรมชาติผ่านการฝึกฝนและกิจกรรมกลางแจ้ง
ชื่นชมการพรรณนาธรรมชาติที่กลมกลืนกันในภาพเขียนเหล่านี้
พวกเขาพบแรงบันดาลใจในการที่ศิลปินจับภาพจิตวิญญาณและพลังของสัตว์ต่างๆ
หรือความเงียบสงบและความยิ่งใหญ่ของทิวทัศน์ธรรมชาติ

ซามูไรยอมรับความเรียบง่ายไม่เพียงแต่ในไลฟ์สไตล์ของพวกเขาเท่านั้น
แต่ยังรวมไปถึงงานศิลปะของพวกเขาด้วย ภาพวาดหมึกขาวดำที่มีองค์ประกอบน้อยชิ้นและเรียบง่าย
สะท้อนกับความชอบของซามูไรในเรื่องความเรียบง่ายและการพูดเกินจริง
พวกเขาค้นพบความสวยงามในความประหยัดของฝีแปรงและความสามารถในการถ่ายทอดความหมาย
อันลึกซึ้งด้วยเส้นที่จัดวางอย่างดีสองสามบรรทัด

ซามูไรผู้อุทิศชีวิตเพื่อแสวงหาการเติบโตส่วนบุคคลและการเรียนรู้ตนเอง
ได้พบกับกระบวนการทางศิลปะที่เกี่ยวข้องกับรูปแบบศิลปะนี้

พวกเขาเข้าใจถึงความสำคัญของความทุ่มเท การฝึกฝน และจิตใจที่มุ่งมั่นเพื่อบรรลุความเป็นเลิศ ซึ่งเป็นคุณสมบัติที่สำคัญในการฝึกฝนซามูไรของพวกเขาด้วย

ประโยชน์ของการวาดภาพด้วยหมึกขาวดำ

การวาดภาพด้วยหมึกขาวดำซึ่งฝึกโดยซามูไรในระบบศักดินาของญี่ปุ่น ให้ประโยชน์หลายประการที่สอดคล้องกับวิถีชีวิตของพวกเขา และเสริมการฝึกฝน ความคิด และการพัฒนาการควบคุมตนเอง
ต่อไปนี้คือข้อดีบางประการของการวาดภาพด้วยหมึกขาวดำตามด้วยซามูไร:

- การปลูกฝังความมุ่งมั่นและวินัย
- การแสดงออกของโลกภายใน
- การพัฒนาทักษะการสังเกต
- ความอดทนและความเพียร
- วินัยและการมุ่งเน้น
- การสะท้อนกลับและการตระหนักรู้ในตนเอง

เซนมาสเตอร์และการควบคุมตนเอง

ครั้งหนึ่งมีปรมาจารย์เซนคนหนึ่งอาศัยอยู่ในหมู่บ้านเล็กๆ วันหนึ่ง มีชายหนุ่มคนหนึ่งมาพบอาจารย์เซนและขอให้เขาสอนวิถีแห่งเซน นายท่านตกลงและรับชายหนุ่มไว้ใต้การดูแลของเขา

บทเรียนแรกที่อาจารย์เซนสอนชายหนุ่มคือการควบคุมตนเอง พระอาจารย์เซนพาชายหนุ่มไปที่แม่น้ำใกล้ ๆ แล้วพูดว่า "ฉันอยากให้คุณยืนอยู่ที่นี่และมองดูสายน้ำไหลผ่านไป อย่าขยับไปจากจุดนี้จนกว่าฉันจะบอก"

ชายหนุ่มยืนอยู่ที่นั่นหลายชั่วโมง มองดูสายน้ำไหลผ่านไป เขาเริ่มกระหายและหิวแต่เขาไม่ขยับเลย เขาเห็นปลาว่ายผ่านไป ใบไม้ร่วงหล่นลงน้ำ แมลงมาเกาะบนผิวน้ำ เขาเห็นพระอาทิตย์ขึ้นและตก และดวงจันทร์ออกมาในเวลากลางคืน

ในที่สุดอาจารย์เซนก็กลับมาและถามชายหนุ่มว่าเขามีอาการอย่างไรบ้าง ชายหนุ่มตอบว่า “ข้าพเจ้าเรียนรู้เรื่องการควบคุมตนเอง ฉันเรียนรู้ว่าฉันสามารถควบคุมร่างกายและจิตใจของตัวเองได้ และฉันสามารถอดทนและอดทนต่อความยากลำบากได้”

พระอาจารย์เซนยิ้มแล้วกล่าวว่า "ดี" ตอนนี้คุณพร้อมแล้ว

เซนและการควบคุมตนเอง

การปฏิบัติของเซนสามารถสนับสนุนการพัฒนาการควบคุมตนเองได้ เนื่องจากการปลูกฝังสติและการตระหนักรู้ในตนเองทำให้แต่ละบุคคลสามารถเลือกอย่างมีสติและรักษาสมดุลภายในได้แม้จะเผชิญกับความท้าทายของชีวิต

ผู้ฝึกปฏิบัติเซนเรียนรู้ที่จะนำเสนออย่างเต็มที่ในแต่ละช่วงเวลา สังเกตความคิดและอารมณ์ของตนโดยไม่มีการตัดสิน ในทำนองเดียวกัน การควบคุมตนเองเกี่ยวข้องกับการตระหนักถึงแรงกระตุ้นและความปรารถนาของตนเอง โดยปล่อยให้แต่ละบุคคลสามารถเลือกการตอบสนองของตนอย่างมีสติ แทนที่จะตอบสนองอย่างหุนหันพลันแล่น

ผู้ฝึกเซนฝึกจิตใจให้สังเกตความคิด อารมณ์ และประสบการณ์ทางประสาทสัมผัสโดยไม่ถูกละเลย สภาวะการรับรู้ที่เพิ่มขึ้นนี้ทำให้บุคคลสามารถควบคุมตนเองได้โดยการรับรู้และหยุดก่อนที่จะโต้ตอบอย่างหุนหันพลันแล่นหรือโดยไม่รู้ตัว

เมื่อแสดงการวาดภาพหรือการเขียนอย่างเต็มที่ ผู้ฝึกจะปลูกฝังสติ ซึ่งเป็นลักษณะพื้นฐานของการควบคุมตนเอง ความตระหนักรู้และการมุ่งเน้นที่เพิ่มมากขึ้นซึ่งพัฒนาผ่านแนวทางปฏิบัติเหล่านี้สามารถนำไปใช้ในชีวิตประจำวันได้ ช่วยให้บุคคลสามารถควบคุมความคิดและการกระทำของตนได้ดียิ่งขึ้น

การควบคุมตนเองเพื่อยุคปัจจุบัน

หลักการควบคุมตนเองที่ดำเนินการโดยบูชิโดยังคงมีคุณค่าในยุคปัจจุบัน ต่อไปนี้เป็นแนวทางบางส่วนที่การเน้นย้ำการควบคุมตนเองของบูชิโดจะเป็นประโยชน์ต่อผู้คนในรุ่นปัจจุบัน:

การควบคุมตนเองช่วยให้บุคคลปฏิบัติตามกิจวัตรการออกกำลังกาย เช่น การออกกำลังกายเป็นประจำ การรับประทานอาหารเพื่อสุขภาพ และการนอนหลับที่เพียงพอ การดูแลสุขภาพกายและความเป็นอยู่ที่ดีของแต่ละบุคคลสามารถพัฒนาความยืดหยุ่นและความแข็งแกร่งได้มากขึ้น รวมถึงจัดการกับความเครียดและความท้าทายอื่น ๆ ในชีวิตได้ดีขึ้น

การควบคุมตนเองช่วยในการฝึกสติและการทำสมาธิ
ซึ่งสามารถช่วยพัฒนาความรู้สึกตระหนักรู้ในตนเองและมีสมาธิมากขึ้น
ตลอดจนช่วยลดความเครียดและความวิตกกังวล
ด้วยการเรียนรู้ที่จะสังเกตความคิดและอารมณ์ของตนโดยไม่ต้องตัดสิน
แต่ละบุคคลสามารถพัฒนาความรู้สึกสงบภายในและความชัดเจนได้มากขึ้น
และทำการตัดสินใจอย่างมีเหตุผลและมีประสิทธิภาพมากขึ้นในชีวิตประจำวันของตน

การควบคุมตนเองเป็นสิ่งสำคัญในการตัดสินใจ เนื่องจากช่วยให้เราพิจารณาทางเลือกต่างๆ อย่างรอบคอบ และตัดสินใจเลือกที่สอดคล้องกับค่านิยมและเป้าหมายของเรา โดยการฝึกควบคุมตนเอง เราสามารถหลีกเลี่ยงการตัดสินใจหุนหันพลันแล่นที่อาจส่งผลเสีย
และแทนที่จะเลือกทางเลือกที่จะช่วยให้เราบรรลุผลตามที่เราปรารถนา

การควบคุมตนเองยังช่วยให้เราควบคุมอารมณ์ได้อย่างมีประสิทธิภาพมากขึ้น
ด้วยการฝึกฝนการควบคุมตนเอง เราสามารถเรียนรู้ที่จะจัดการอารมณ์ของเราในทางที่ดีและสร้างสรรค์
แทนที่จะปล่อยให้อารมณ์มาควบคุมเรา
สิ่งนี้สามารถช่วยให้เราหลีกเลี่ยงการถูกครอบงำด้วยอารมณ์ของเรา
และเพื่อรักษาความสมดุลและมุมมองในสถานการณ์ที่ยากลำบาก

การควบคุมตนเองยังสามารถช่วยให้เราสร้างความยืดหยุ่นหรือความสามารถในการฟื้นตัวจากความพ่ายแพ้และความท้าทาย ด้วยการฝึกฝนการควบคุมตนเอง
เราสามารถพัฒนาความเข้มแข็งทางจิตใจและวินัยที่จำเป็นในการอดทนผ่านช่วงเวลาที่ยากลำบากและแข็งแกร่งขึ้นในอีกด้านหนึ่ง

การควบคุมตนเองยังเป็นประโยชน์ต่อความสัมพันธ์ของเรากับผู้อื่นด้วย
ด้วยการฝึกฝนการควบคุมตนเอง เราสามารถหลีกเลี่ยงการโกรธเคืองหรือหงุดหงิด
และสื่อสารอย่างมีประสิทธิผลและเห็นอกเห็นใจกับผู้อื่นแทน
สิ่งนี้สามารถช่วยให้เราสร้างความสัมพันธ์ที่เข้มแข็งและสนับสนุนมากขึ้นซึ่งอยู่บนพื้นฐานของความเคารพและความเข้าใจซึ่งกันและกัน

ด้วยการฝึกฝนการควบคุมตนเอง เราจะสามารถตัดสินใจได้ดีขึ้น
ควบคุมอารมณ์ของเราได้อย่างมีประสิทธิภาพมากขึ้น สร้างความยืดหยุ่น
และปรับปรุงความสัมพันธ์ของเรากับผู้อื่น
ด้วยการเรียนรู้ที่จะสังเกตความคิดและอารมณ์ของตนเองโดยไม่ต้องตัดสิน
แต่ละบุคคลสามารถพัฒนาความรู้สึกสงบภายในและความชัดเจนได้มากขึ้น

และทำการตัดสินใจอย่างมีเหตุผลและมีประสิทธิภาพมากขึ้นในชีวิตประจำวันของตน ผลประโยชน์เหล่านี้สามารถช่วยให้ชีวิตมีความสมบูรณ์และประสบความสำเร็จมากขึ้น

รหัสบูชิโดสำหรับโยคะ

ทำไมต้องโยคะในแบบซามูไร?

แนวคิดของการฝึกโยคะในวิถีซามูไรสามารถใช้เป็นเครื่องเตือนใจอันทรงพลังให้เข้าใกล้การฝึกโยคะด้วยความรู้สึกของวัตถุประสงค์ ให้เกียรติ และความทุ่มเท ด้วยการบูรณาการหลักการของรหัสซามูไรเข้ากับการฝึกโยคะ แต่ละบุคคลอาจพบว่าตนเองพัฒนาการเชื่อมโยงที่ลึกซึ้งยิ่งขึ้นกับแก่นแท้ของโยคะ และประสบกับการเปลี่ยนแปลงส่วนบุคคล โดยใช้กรอบความคิดที่มุ่งเน้นและมุ่งมั่น เช่นเดียวกับนักรบในการฝึกฝน เพื่อเอาชนะอุปสรรคและบรรลุผลสำเร็จ การเติบโตส่วนบุคคล ต่อไปนี้เป็นวิธีฝึกโยคะในแบบซามูไร:

- ซามูไรขึ้นชื่อในเรื่องวินัยที่เข้มงวด และสามารถนำไปใช้กับการฝึกโยคะได้เช่นกัน ความสม่ำเสมอในการฝึกโยคะ ตลอดจนความมุ่งมั่นในการเรียนรู้และการพัฒนา สามารถช่วยให้คุณรวบรวมวินัยของซามูไรได้
- ซามูไรเป็นที่รู้จักในด้านความสามารถในการจดจ่อกับงานที่ทำอยู่ แม้ว่าจะเผชิญกับสิ่งรบกวนสมาธิหรือความยากลำบากก็ตาม ในโยคะ คุณสามารถให้ความสำคัญกับลมหายใจและการเคลื่อนไหวของคุณ อยู่กับปัจจุบันและมีสติตลอดการฝึก
- ซามูไรได้รับการฝึกฝนให้แข็งแกร่งและยืดหยุ่นทั้งทางร่างกายและจิตใจ ในโยคะ คุณสามารถสร้างความแข็งแกร่งให้กับร่างกายได้ด้วยการฝึกอาสนะ ตลอดจนปลูกฝังความแข็งแกร่งทางจิตใจผ่านการเจริญสติและการทำสมาธิ
- ซามูไรไม่เพียงแต่แข็งแกร่งและมีระเบียบวินัยเท่านั้น แต่ยังให้ความสำคัญกับความสง่างามและความสง่างามในการเคลื่อนไหวของพวกเขาด้วย ในโยคะ คุณสามารถปลูกฝังความรู้สึกสง่างามและไหลลื่นในการฝึกเคลื่อนไหวด้วยความคล่องตัวและง่ายดาย

ซามูไรมีชื่อเสียงในด้านหลักปฏิบัติแห่งเกียรติยศ ซึ่งเน้นย้ำถึงความภักดี ความซื่อสัตย์ และความกล้าหาญ ในโยคะ คุณสามารถรวบรวมความรู้สึกมีเกียรตินี้ได้โดยการฝึกด้วยความซื่อสัตย์และจริงใจ และยึดมั่นในคุณค่าและความเชื่อของคุณอย่างแท้จริง

วิถีซามูไรสู่ระดับคลื่นสมอง

เทคนิคที่นักรบซามูไรใช้ เช่น การทำสมาธิและการฝึกฝนอย่างมีสมาธิ อาจส่งผลต่อรูปแบบคลื่นสมองได้ การฝึกเจริญสติ การฝึกจินตภาพ และการมุ่งความสนใจไปที่กิจกรรมต่างๆ เช่น โยคะ อาจนำไปสู่การเปลี่ยนแปลงของคลื่นสมองที่คล้ายกันซึ่งเกี่ยวข้องกับการผ่อนคลาย สมาธิ และการทำงานของการรับรู้ที่ดีขึ้น
มีความคล้ายคลึงกันโดยทั่วไประหว่างกิจกรรมคลื่นสมองและวิถีชีวิตซามูไร:

คลื่นอัลฟ่าและสติ: คลื่นอัลฟ่าเกี่ยวข้องกับการผ่อนคลายและความสงบ และการทำสมาธิอย่างมีสติเป็นส่วนสำคัญของวิถีซามูไร ด้วยการฝึกสติ นักรบซามูไรสามารถเพิ่มสมาธิและความชัดเจนในจิตใจได้

คลื่นเบต้าและความตื่นตัว: คลื่นเบต้าเกี่ยวข้องกับความตื่นตัวและสมาธิ และนักรบซามูไรได้รับการฝึกฝนอย่างสูงในด้านศิลปะการต่อสู้และเทคนิคการต่อสู้ที่ต้องใช้สมาธิและความสนใจอย่างมาก ด้วยการพัฒนาวินัยและการมุ่งเน้น นักรบซามูไรสามารถเพิ่มกิจกรรมคลื่นเบต้าและเพิ่มความสามารถในการตอบสนองอย่างรวดเร็วและมีประสิทธิภาพในสถานการณ์การต่อสู้

คลื่นทีต้าและการแสดงภาพ: คลื่นทีต้า

เกี่ยวข้องกับการผ่อนคลายอย่างลึกซึ้งและการมองเห็น และนักรบซามูไรมักใช้เทคนิคการมองเห็นเพื่อเตรียมจิตใจให้พร้อมสำหรับการต่อสู้ ด้วยการแสดงภาพสถานการณ์และผลลัพธ์ที่แตกต่างกัน นักรบซามูไรสามารถเพิ่มกิจกรรมคลื่นทีต้า และปรับปรุงความชัดเจนและสมาธิทางจิตของตนได้

คลื่นเดลต้าและส่วนที่เหลือ: คลื่นเดลต้าเกี่ยวข้องกับการนอนหลับลึกและกระบวนการฟื้นฟูในร่างกาย นักรบซามูไรเน้นย้ำถึงความสำคัญของการพักผ่อนและการฟื้นตัวทั้งทางร่างกายและจิตใจ การนอนหลับให้เพียงพอและการใช้เวลาพักผ่อนและฟื้นตัวสามารถส่งเสริมการทำงานของคลื่นเดลต้า และช่วยให้ร่างกายรักษาและฟื้นตัวจากการออกแรงทั้งทางร่างกายและจิตใจ

รหัสบูชิโดช่วยในการทำโยคะได้อย่างไร

การฝึกโยคะโดยคำนึงถึงหลักการของหลักปฏิบัติบูชิโดสามารถช่วยให้คุณฝึกได้ลึกซึ้งยิ่งขึ้น และสร้างความรู้สึกมีระเบียบวินัยและมีสมาธิ
ต่อไปนี้คือวิธีที่โค้ดบูชิโดสามารถช่วยคุณในการฝึกโยคะได้:

ความยุติธรรม:

โยคะมุ่งสร้างความสมดุลและความกลมกลืนภายในร่างกาย จิตใจ และจิตวิญญาณ ด้วยการบำรุงเลี้ยงสมดุลภายในนี้ โยคีจะมีความพร้อมที่ดีกว่าในการตัดสินใจอย่างยุติธรรม ตอบสนองต่อสถานการณ์ด้วยความเป็นธรรม และส่งเสริมความยุติธรรมภายในชุมชนของตน

ความกล้าหาญ:

ความกล้าหาญเป็นสิ่งสำคัญในการฝึกโยคะเพราะต้องก้าวออกจากเขตความสะดวกสบายของคุณและลองท่าใหม่ๆ หรือสำรวจขีดจำกัดทางร่างกายหรือจิตใจของคุณ การฝึกฝนอย่างกล้าหาญหมายถึงการเผชิญหน้ากับความกลัวและไม่ปล่อยให้ความกลัวมาฉุดรั้งคุณไว้

ความเห็นอกเห็นใจ:

การปลูกฝังความเห็นอกเห็นใจในโยคะหมายถึงการฟังร่างกายของคุณและเคารพความต้องการของร่างกาย มันหมายถึงการไม่ผลักดันตัวเองเกินขีดจำกัดและฝึกฝนการดูแลตนเองและความเมตตา

เคารพ:

ความเคารพเป็นหลักการพื้นฐานในการฝึกโยคะ ไม่เพียงแต่สำหรับตัวคุณเองเท่านั้น แต่ยังรวมถึงผู้อื่นด้วย หมายถึงการตระหนักถึงสิ่งรอบตัว การฟังร่างกายของคุณ และหลีกเลี่ยงการตัดสินหรือการเปรียบเทียบ

ความซื่อสัตย์:

ด้วยการฝึกความซื่อสัตย์
โยคีจะปลูกฝังการตระหนักรู้ในตนเองและตัดสินใจเลือกที่สอดคล้องกับคุณค่าที่ลึกที่สุด ส่งเสริมความรู้สึกถึงความสมบูรณ์และความซื่อสัตย์ภายในตนเอง

ให้เกียรติ:

โยคะต้องอาศัยความทุ่มเทและมีวินัยในการฝึกฝนอย่างสม่ำเสมอ และทำให้เข้าใจการฝึกลึกซึ้งยิ่งขึ้น การเข้าใช้โยคะด้วยความรู้สึกเป็นเกียรติ

ผู้ฝึกแสดงให้เห็นถึงความมุ่งมั่นต่อการเติบโตและการพัฒนาของตนเอง
รวมถึงต่อชุมชนโยคะในวงกว้าง

ความภักดี:

ในโยคะ ผู้ฝึกปลูกฝังความภักดีในตนเองด้วยการให้เกียรติร่างกาย จิตใจ และจิตวิญญาณของตน ซึ่งหมายถึงการฟังภูมิปัญญาภายในของพวกเขา เคารพขอบเขตของพวกเขา และฝึกฝนการดูแลตนเองด้วยการภักดีต่อตนเอง โยคีจะสร้างรากฐานของการเพิ่มความภักดีต่อตนเองอย่างลึกซึ้งยิ่งขึ้น

การควบคุมตนเอง:

การควบคุมตนเองเป็นสิ่งสำคัญในการสร้างการฝึกโยคะที่สม่ำเสมอและมีระเบียบวินัย
ด้วยการควบคุมตนเอง โยคีเรียนรู้ที่จะฟังร่างกายของตนเอง ให้เกียรติขีดจำกัดของตน
และหลีกเลี่ยงการผลักดันตัวเองให้เกินขอบเขตที่ปลอดภัยและยั่งยืน

รหัสบูชิโดสำหรับแปดแขนขาของโยคะ

โยคะทั้งแปดแขนงตามที่อธิบายไว้ใน Yoga Sutras ของปตัญชลี เป็นกรอบสำหรับการฝึกโยคะ
รหัสบูชิโดของซามูไรสามารถช่วยในการฝึกโยคะทั้งแปดแขนงได้
โดยให้คำแนะนำเกี่ยวกับวิธีการฝึกโดยมีสมาธิ มีระเบียบวินัย และสำนึกในจุดมุ่งหมาย
ต่อไปนี้คือบางวิธีที่สามารถนำโค้ดบูชิโดไปใช้กับแขนขาทั้ง 8 ข้างของโยคะได้:

YAMA (หลักการทางจริยธรรม): แขนขาแรกของโยคะคือ Yamas
ซึ่งเป็นหลักการทางจริยธรรมที่ชี้นำพฤติกรรมของเราต่อผู้อื่น
หลักปฏิบัติบูชิโดเน้นย้ำถึงความสำคัญของหลักจริยธรรม เช่น ความยุติธรรม ความเห็นอกเห็นใจ และความเคารพ
หลักการเหล่านี้สามารถนำไปใช้กับการฝึกโยคะได้โดยการปลูกฝังความรับผิดชอบทางศีลธรรมและจริยธรรมต่อตนเองและผู้อื่น

นิยามะ (วินัยในตนเองและจิตวิญญาณ)

ข้อสังเกต): โยคะขั้นที่สองคือ นิยามะ
ซึ่งเป็นหลักการทางจริยธรรมที่ชี้นำพฤติกรรมของเราที่มีต่อตัวเราเอง
หลักปฏิบัติบูชิโดเน้นย้ำถึงความสำคัญของการมีวินัยในตนเองและการปฏิบัติตามจิตวิญญาณ เช่น
การทำสมาธิและการไตร่ตรอง

การปฏิบัติเหล่านี้สามารถนำไปใช้กับการฝึกโยคะได้โดยการปลูกฝังความรู้สึกมีสมาธิและมีระเบียบวินัยในการฝึก

อาสนะ (ท่าทางทางกายภาพ): แขนขาที่สามของโยคะคืออาสนะ ซึ่งเป็นท่าทางทางกายภาพที่ใช้ในการเตรียมร่างกายสำหรับการทำสมาธิ หลักปฏิบัติบูชิโดเน้นย้ำถึงความสำคัญของการฝึกทางกายภาพและการเรียนรู้ สิ่งนี้สามารถนำไปใช้กับการฝึกโยคะได้โดยการเข้าใกล้ท่าทางทางกายภาพอย่างมีระเบียบวินัย มีสมาธิ และมีเป้าหมาย

ปราณยามะ (การควบคุมลมหายใจ): โยคะแขนขาที่สี่คือปราณยามะ ซึ่งเป็นการฝึกควบคุมลมหายใจ หลักปฏิบัติบูชิโดเน้นย้ำถึงความสำคัญของการควบคุมและมีวินัยเหนือลมหายใจ สามารถประยุกต์ใช้กับการฝึกโยคะโดยเน้นที่ลมหายใจและใช้ควบคุมร่างกายและจิตใจ

ปรัตยาฮารา (การถอนความรู้สึก): แขนขาที่ห้าของโยคะคือ ปรตยาหระ ซึ่งเป็นการฝึกถอนประสาทสัมผัสจากสิ่งเร้าภายนอก หลักปฏิบัติบูชิโดเน้นย้ำถึงความสำคัญของการไม่ยึดติดและการไม่ยึดติด สิ่งนี้สามารถนำไปใช้กับการฝึกโยคะได้โดยการปลูกฝังความรู้สึกหลุดพ้นจากสิ่งรบกวนภายนอกและมุ่งความสนใจไปที่การฝึกภายใน

ธารณะ (ความเข้มข้น): ท่าที่หกของโยคะคือ ธารณะ ซึ่งเป็นการฝึกสมาธิ หลักปฏิบัติบูชิโดเน้นย้ำถึงความสำคัญของการมุ่งเน้นทางจิตและสมาธิ สิ่งนี้สามารถนำไปใช้กับการฝึกโยคะได้โดยการปลูกฝังความรู้สึกของการเพ่งความสนใจไปที่ลมหายใจ การสวดมนต์ หรือจินตภาพด้วยจุดเดียว

ธยานะ (การทำสมาธิ): โยคะแขนขาที่เจ็ดคือ ธยานะ ซึ่งเป็นการฝึกสมาธิ หลักปฏิบัติบูชิโดเน้นย้ำถึงความสำคัญของการทำสมาธิและการไตร่ตรองซึ่งเป็นวิธีการบรรลุความชัดเจนและความเข้าใจ สิ่งนี้สามารถนำไปใช้กับการฝึกโยคะได้โดยการปลูกฝังความรู้สึกรับรู้ภายในและการไตร่ตรองตนเอง

SAMADHI (สถานะของความสุข): แขนขาที่แปดของโยคะคือ Samadhi ซึ่งเป็นสถานะของการดูดซึมที่สมบูรณ์ในการทำสมาธิ รหัสบูชิโดเน้นย้ำถึงความสำคัญของการก้าวข้ามอัตตาและการบรรลุสภาวะความเป็นหนึ่งเดียวกับจักรวาล สิ่งนี้สามารถนำไปใช้กับการฝึกโยคะได้โดยการปลูกฝังความรู้สึกเชื่อมโยงกับพระเจ้าและความรู้สึกสงบและความพึงพอใจภายในอย่างลึกซึ้ง

รหัสบูชิโดสู่จักระ

หลักปฏิบัติบูชิโดส่งเสริมวิถีชีวิตที่สมดุลและมีเกียรติ
ซึ่งสามารถช่วยปลูกฝังความสงบและความปรองดองภายใน
ซึ่งจะเป็นประโยชน์ต่อสุขภาพและความสมดุลของจักระ
มีโค้ดบางประการที่อาจช่วยปรับสมดุลและเสริมสร้างจักระได้

จักระราก - จักระแรกตั้งอยู่ที่ฐานของกระดูกสันหลัง และสัมพันธ์กับความรู้สึกปลอดภัยและมั่นคง
หลักปฏิบัติบูชิโดเน้นย้ำถึงความสำคัญของความภักดีและการเคารพผู้บังคับบัญชา
ซึ่งสามารถช่วยสร้างความรู้สึกมั่นคงและความปลอดภัยในชีวิตได้

SACRAL CHAKRA -
จักระที่สองอยู่ในช่องท้องส่วนล่างและเกี่ยวข้องกับความคิดสร้างสรรค์และอารมณ์
หลักปฏิบัติบูชิโดเน้นย้ำถึงความสำคัญของการมีวินัยในตนเองและการควบคุมตนเอง
ซึ่งสามารถช่วยปรับสมดุลทางอารมณ์และป้องกันพฤติกรรมหุนหันพลันแล่นได้

SOLAR PLEXUS CHAKRA -
จักระที่สามอยู่ในช่องท้องส่วนบนและเกี่ยวข้องกับพลังส่วนบุคคลและความนับถือตนเอง
รหัสบูชิโดเน้นย้ำถึงความสำคัญของความกล้าหาญและความมั่นใจในตนเอง
ซึ่งสามารถช่วยเสริมสร้างจักระนี้ได้

จักระหัวใจ - จักระที่สี่ตั้งอยู่ตรงกลางหน้าอกและเกี่ยวข้องกับความรัก ความเห็นอกเห็นใจ
และความเชื่อมโยง
หลักปฏิบัติของบูชิโดเน้นย้ำถึงความสำคัญของความเห็นอกเห็นใจและความเห็นอกเห็นใจ
ซึ่งสามารถช่วยเปิดและปรับจักระนี้ให้สมดุลได้

จักระคอ - จักระที่ 5 อยู่ในลำคอและเกี่ยวข้องกับการสื่อสารและการแสดงออก
หลักปฏิบัติบูชิโดเน้นย้ำถึงความสำคัญของความซื่อสัตย์และความซื่อสัตย์
ซึ่งสามารถช่วยเสริมจักระนี้ให้แข็งแกร่งขึ้นได้

จักระตาที่สาม - จักระที่หกตั้งอยู่ที่หน้าผากและเกี่ยวข้องกับสัญชาตญาณและการรับรู้ทางจิตวิญญาณ
หลักปฏิบัติบูชิโดเน้นย้ำถึงความสำคัญของการมีสติและความตระหนักรู้
ซึ่งสามารถช่วยเปิดและปรับจักระนี้ให้สมดุลได้

CROWN CHAKRA - จักระที่ 7 ตั้งอยู่ที่ด้านบนของศีรษะ และเกี่ยวข้องกับการเชื่อมโยงทางจิตวิญญาณและการตรัสรู้ รหัสบูชิโดเน้นถึงความสำคัญของการใช้ชีวิตในปัจจุบันและการแสวงหาความรู้ ซึ่งสามารถช่วยเปิดและปรับจักระนี้ได้

เหตุใดการใช้รหัสบูชิโดในโยคะจึงมีความสำคัญ

หลักปฏิบัติบูชิโดได้รับการพัฒนาโดยเฉพาะสำหรับวิถีชีวิตของซามูไร และการนำหลักการนี้ไปใช้กับการฝึกโยคะสามารถให้ประโยชน์หลายประการ:

การปลูกฝังวินัยและการมุ่งเน้น: ในยุคปัจจุบันที่รวดเร็ว-

โลกที่เปลี่ยนแปลงไปอย่างรวดเร็วและเสียสมาธิ วินัยและการมุ่งเน้นเป็นสิ่งสำคัญสำหรับการเติบโตและความเป็นอยู่ที่ดีส่วนบุคคล หลักปฏิบัติของบูชิโดเน้นย้ำถึงวินัย ความมุ่งมั่น และสมาธิ ซึ่งสามารถสนับสนุนบุคคลในการพัฒนาการฝึกโยคะอย่างสม่ำเสมอ ด้วยการรวมหลักการของหลักปฏิบัติบูชิโดเข้าด้วยกัน

แต่ละบุคคลสามารถเสริมสร้างความสามารถในการมีสมาธิ มุ่งมั่น และมีระเบียบวินัยในการฝึกโยคะและในด้านอื่น ๆ ของชีวิต

ลักษณะการสร้างและค่านิยมทางจริยธรรม:

หลักปฏิบัติบูชิโดเน้นย้ำถึงคุณธรรม เช่น ความซื่อสัตย์ ความซื่อสัตย์ และความเห็นอกเห็นใจ การบูรณาการหลักการเหล่านี้เข้ากับการฝึกโยคะช่วยให้แต่ละบุคคลมีบุคลิกที่เข้มแข็งและปลูกฝังค่านิยมทางจริยธรรม ในสังคมที่บางครั้งอาจมองข้ามคุณค่าทางศีลธรรมและความซื่อสัตย์ การใช้หลักปฏิบัติบูชิโดในโยคะสามารถทำหน้าที่เป็นเครื่องเตือนใจให้รักษาคุณสมบัติเหล่านี้และดำเนินชีวิตด้วยความซื่อสัตย์ทั้งในและนอกเสื่อ

การพัฒนาความยืดหยุ่นและอารมณ์ที่ดี

ความเป็นอยู่: หลักปฏิบัติของบูชิโดเน้นย้ำถึงความยืดหยุ่นทางจิตใจ ความสมดุลทางอารมณ์ และความสามารถในการเผชิญกับความท้าทายด้วยความกล้าหาญ คุณสมบัติเหล่านี้มีความสำคัญมากขึ้นในคนรุ่นปัจจุบัน ซึ่งความเครียด ความไม่แน่นอน และปัญหาสุขภาพจิตแพร่หลาย การใช้หลักปฏิบัติบูชิโดในการฝึกโยคะสามารถช่วยให้บุคคลพัฒนาความยืดหยุ่น ความฉลาดทางอารมณ์ และความสามารถในการรับมือกับความท้าทายด้วยความสง่างามและความสงบ

ส่งเสริมการเชื่อมโยงระหว่างจิตใจและร่างกายและสุขภาพที่ดี

ความเป็นอยู่: หลักปฏิบัติบูชิโดตระหนักถึงความสามัคคีของจิตใจ ร่างกาย และจิตวิญญาณ ในทำนองเดียวกัน โยคะเน้นการผสมผสานระหว่างจิตใจ ร่างกาย และลมหายใจ การนำหลักปฏิบัติบูชิโดไปใช้ในโยคะ ช่วยให้บุคคลสามารถกระชับความสัมพันธ์ระหว่างจิตใจและร่างกาย ยกระดับความเป็นอยู่โดยรวม และสัมผัสได้ถึงความสามัคคีและความสมดุลในชีวิต

ส่งเสริมความเคารพ ความเห็นอกเห็นใจ และความสัมพันธ์:

หลักปฏิบัติของบูชิโดเน้นย้ำถึงความเคารพต่อตนเองและผู้อื่น ตลอดจนความเห็นอกเห็นใจและความเห็นอกเห็นใจ ในโลกที่มักขาดความเห็นอกเห็นใจและการเชื่อมโยง การบูรณาการหลักการเหล่านี้ในการฝึกโยคะสามารถช่วยเสริมสร้างความรู้สึกเคารพ ความเข้าใจ

และความเห็นอกเห็นใจต่อตนเองและผู้อื่น ส่งเสริมชุมชนที่ให้การสนับสนุนและครอบคลุม สร้างพื้นที่ให้ผู้คนมารวมตัวกันและยกระดับซึ่งกันและกัน

การค้นหาวัตถุประสงค์และความหมาย:
หลักปฏิบัติของบูชิโดเน้นการค้นหาจุดมุ่งหมายที่สูงกว่าและการดำเนินชีวิตด้วยความภักดีและการอุทิศตน การใช้หลักการเหล่านี้ในการฝึกโยคะสามารถช่วยให้บุคคลค้นพบจุดประสงค์ของตนเอง เชื่อมโยงกับตัวตนภายในของตน และปลูกฝังความหมายและความสำเร็จที่ลึกซึ้งยิ่งขึ้น

การผสมผสานหลักปฏิบัติบูชิโดเข้ากับการฝึกโยคะ
คนรุ่นปัจจุบันจะได้รับประโยชน์จากหลักการอันอยู่เหนือกาลเวลา ยกระดับการเติบโตส่วนบุคคล ความเป็นอยู่ที่ดี และความตระหนักรู้ด้านจริยธรรม โดยทำหน้าที่เป็นแนวทางในการพัฒนาระเบียบวินัย ความยืดหยุ่น ความซื่อสัตย์ และความเห็นอกเห็นใจ ช่วยให้บุคคลต่างๆ ก้าวผ่านความซับซ้อนของโลกสมัยใหม่ไปพร้อมๆ กับการเชื่อมต่อกับตัวตนที่แท้จริงและใช้ชีวิตอย่างมีจุดมุ่งหมาย

การปฏิบัติเทคนิค BUSHIDO CODE ที่บ้าน

เซนไม่เพียงแค่นั่งไขว่ห้างและนั่งสมาธิในกิจกรรมทุกประเภท ตั้งแต่การกวาดสวน สับผัก ไปจนถึงพิธีชงชา อิเคะบานะ (การจัดดอกไม้) สวนหิน การประดิษฐ์ตัวอักษร และการวาดภาพด้วยหมึกขาวดำ ล้วนถือเป็นแนวทางปฏิบัติของวินัยแบบเซน มุ่งเป้าไปที่การเพ่งความสนใจไปที่จิตใจและการทำงานไปสู่การตื่นรู้ทางจิตวิญญาณ

เทคนิคการปฏิบัติตามแปดแขนขาของโยคะโดยใช้รหัสบูชิโดที่บ้าน

ด้วยการรวมหลักการทั้งสองนี้เข้าด้วยกัน
คุณจะสามารถสร้างแนวทางการฝึกโยคะที่สมดุลและมีระเบียบวินัย
ต่อไปนี้เป็นวิธีบางส่วนในการปฏิบัติตามแปดแขนขาของโยคะโดยใช้รหัสบูชิโดที่บ้าน:

YAMAS: ยมะเป็นหลักการทางจริยธรรมของโยคะ และรวมถึงอหิงสา ความจริง การไม่ขโมย การถือโสด และการไม่ครอบงำ คุณสามารถติดตามยมทูตได้ที่บ้านด้วยการมีน้ำใจต่อผู้อื่น พูดตามความจริง เคารพผู้อื่นอย่างถูกต้อง และฝึกควบคุมตนเอง

นิยามา: นิยามาเป็นวินัยส่วนบุคคลของโยคะ และรวมถึงความสะอาด ความพึงพอใจ ความมีวินัยในตนเอง การเรียนรู้ด้วยตนเอง และการอุทิศตนเพื่อพลังที่สูงกว่า คุณสามารถติดตามนิยามะที่บ้านได้โดยการรักษาพื้นที่อยู่อาศัยให้สะอาดและเป็นระเบียบ พอใจกับสิ่งที่คุณมี ฝึกการควบคุมตนเอง ไตร่ตรองการกระทำและความคิดของคุณ และค้นหาความหมายและจุดมุ่งหมายในชีวิต

อาสนะ: อาสนะคือการฝึกโยคะทางกายภาพและเกี่ยวข้องกับการแสดงท่าโยคะและการออกกำลังกาย คุณสามารถฝึกอาสนะที่บ้านได้โดยทำตามวิดีโอโยคะหรือเข้าร่วมชั้นเรียนโยคะเสมือนจริง

ปราณายามะ: ปราณยามะคือการฝึกควบคุมลมหายใจ คุณสามารถฝึกปราณายามะที่บ้านได้โดยปฏิบัติตามการฝึกหายใจแบบมีคำแนะนำ เช่น การหายใจลึกๆ ลงท้อง การหายใจสลับรูจมูก หรือการกลั้นลมหายใจ

ปรัตยาฮารา: ปรัตยาฮาระคือการฝึกดึงประสาทสัมผัสออกจากสิ่งรบกวนภายนอก คุณสามารถฝึกปรตยาหะระที่บ้านได้โดยการลดสิ่งรบกวนในสภาพแวดล้อมของคุณ เช่น ปิดโทรศัพท์หรือคอมพิวเตอร์ และหาที่ที่เงียบสงบในการฝึกฝน

DHARANA: Dharana คือการฝึกสมาธิ คุณสามารถฝึกธรรมะที่บ้านได้โดยมุ่งความสนใจไปที่จุดหรือวัตถุเพียงจุดเดียว เช่น เปลวเทียนหรือสวดมนต์

ธยานา: ธยานาคือการฝึกสมาธิ คุณสามารถฝึกธยานะที่บ้านได้โดยทำตามสมาธิหรือใช้แอปการทำสมาธิ

สมาธิ: สมาธิคือเป้าหมายสูงสุดของโยคะ และเป็นสภาวะของการทำสมาธิอย่างลึกซึ้ง ซึ่งผู้ฝึกจะสัมผัสได้ถึงความเป็นหนึ่งเดียวกับจักรวาล แม้ว่าการบรรลุสมาธิที่บ้านอาจเป็นเรื่องยาก แต่คุณสามารถบรรลุเป้าหมายนี้ได้โดยการฝึกโยคะส่วนอื่นๆ เป็นประจำ และสร้างสติและความสงบภายใน

ด้วยวิธีซามูไร คุณสามารถเข้าใกล้แนวทางปฏิบัติเหล่านี้ได้ด้วยวินัย ความมุ่งมั่น และความมุ่งมั่นในการพัฒนาตนเอง คุณยังสามารถนำหลักการของบูชิโดไปใช้ในการฝึกฝนของคุณ เพื่อช่วยปลูกฝังความรู้สึกถึงจุดประสงค์และความหมาย
ด้วยการฝึกโยคะทั้งแปดแขนงในแบบซามูไรที่บ้าน คุณสามารถพัฒนาความรู้สึกสงบภายใน ความชัดเจน และความแข็งแกร่งที่ลึกซึ้งยิ่งขึ้น ทั้งทางร่างกายและจิตใจ

การปฏิบัติคำปฏิญาณแห่งความเงียบที่บ้าน

คำปฏิญาณแห่งความเงียบของญี่ปุ่นคือการฝึกสังเกตความเงียบซึ่งเป็นวิธีหนึ่งในการปลูกฝังความสงบภายในและการตระหนักรู้ในตนเอง ต่อไปนี้เป็นขั้นตอนที่ต้องปฏิบัติตามเพื่อฝึกฝนที่บ้าน:

จัดสรรเวลาและพื้นที่ไว้โดยเฉพาะ: เลือกเวลา
ของวันและพื้นที่เงียบสงบในบ้านของคุณซึ่งคุณสามารถฝึกความเงียบโดยไม่ถูกรบกวน ปิดโทรศัพท์และอุปกรณ์อิเล็กทรอนิกส์อื่นๆ เพื่อขจัดสิ่งรบกวนสมาธิ

การฝึกสติ: นั่งสบายๆ บนเบาะหรือเก้าอี้โดยให้หลังตรงและหลับตา หายใจเข้าลึกๆ สัก 2-3 ครั้งและดึงความสนใจของคุณไปยังช่วงเวลาปัจจุบัน
สังเกตความคิดและความรู้สึกของคุณโดยไม่ตัดสินหรือยึดติด

สังเกตความเงียบ: อย่าพูดหรือส่งเสียงที่ไม่จำเป็นระหว่างที่คุณสาบานว่าจะเงียบ หากคุณอาศัยอยู่ร่วมกับผู้อื่น คุณสามารถสื่อสารกับพวกเขาโดยใช้ท่าทางหรือการเขียนบันทึกได้

กิจกรรมฝึกสติ: ในระหว่างที่คุณสาบาน คุณสามารถทำกิจกรรมต่างๆ เช่น การเดิน ทำอาหาร หรือทำความสะอาดอย่างมีสติ โดยใส่ใจกับประสาทสัมผัสและสิ่งแวดล้อมรอบตัว

ยุติความเงียบอย่างมีสติ: เมื่อถึงเวลาที่จะยุติคำสาบานแห่งความเงียบงัน หายใจเข้าลึก ๆ สองสามครั้งและแสดงความขอบคุณสำหรับประสบการณ์ดังกล่าว คุณสามารถจดข้อมูลเชิงลึกหรือข้อสังเกตใดๆ ที่เกิดขึ้นระหว่างการฝึกของคุณได้

โปรดจำไว้ว่าการฝึกปฏิญาณตนแห่งความเงียบแบบญี่ปุ่นนั้นเป็นประสบการณ์ส่วนตัว ดังนั้น ปรับเปลี่ยนขั้นตอนและระยะเวลาให้เหมาะกับความต้องการและความต้องการของคุณได้ กุญแจสำคัญคือการเข้าสู่การปฏิบัติด้วยจิตใจที่เปิดกว้างและอยากรู้อยากเห็น และสังเกตผลกระทบของความเงียบที่มีต่อร่างกาย จิตใจ และจิตวิญญาณของคุณ

การฝึกสมาธิแบบเซนที่บ้าน

การทำสมาธิแบบเซนเป็นรูปแบบหนึ่งของการฝึกสติที่เกี่ยวข้องกับการนั่งในความสงบและสังเกตช่วงเวลาปัจจุบัน ต่อไปนี้เป็นขั้นตอนทั่วไปที่ควรปฏิบัติตามเพื่อฝึกสมาธิแบบเซนที่บ้าน:

ค้นหาพื้นที่ที่เงียบสงบและสะดวกสบาย: เลือกพื้นที่เงียบสงบและสะอาดในบ้านของคุณที่คุณสามารถนั่งได้อย่างสบายโดยไม่ถูกรบกวน คุณสามารถนั่งบนเบาะหรือเก้าอี้โดยให้หลังตรงและวางมือบนเข่า

ตั้งเวลา: ตั้งเวลาสำหรับเซสชันการทำสมาธิของคุณ โดยเริ่มจากไม่กี่นาทีและค่อยๆ เพิ่มระยะเวลาเมื่อคุณรู้สึกสบายใจกับการฝึกมากขึ้น

มุ่งเน้นไปที่ลมหายใจของคุณ: ให้ความสนใจกับลมหายใจของคุณ สังเกตความรู้สึกของการหายใจเข้าและออก คุณสามารถนับลมหายใจของคุณหรือเพียงแค่สังเกตลมหายใจโดยไม่ต้องตัดสินหรือยึดติด

สังเกตความคิดของคุณ: ขณะที่คุณนั่งสมาธิ คุณอาจสังเกตเห็นความคิดที่เกิดขึ้นในใจของคุณ แทนที่จะจมอยู่กับความคิดเหล่านี้ ให้สังเกตโดยไม่ตัดสินหรือยึดติด และค่อยๆ นำความสนใจของคุณกลับมาที่ลมหายใจ

สิ้นสุดการทำสมาธิ: เมื่อหมดเวลา ให้หายใจเข้าลึกๆ สัก 2-3 ครั้งแล้วลืมตาช้าๆ ใช้เวลาสักครู่เพื่อสังเกตว่าคุณรู้สึกอย่างไรและแสดงความขอบคุณสำหรับประสบการณ์ดังกล่าว

โปรดจำไว้ว่าการฝึกสมาธิแบบเซนนั้นเป็นประสบการณ์ส่วนตัวและส่วนบุคคล ดังนั้นอย่าลังเลที่จะปรับขั้นตอนและระยะเวลาให้เหมาะกับความต้องการและความต้องการของคุณ กุญแจสำคัญคือการเข้าสู่การปฏิบัติด้วยจิตใจที่เปิดกว้างและอยากรู้อยากเห็น และสังเกตผลของความสงบนิ่งและมีสติต่อร่างกาย จิตใจ และจิตวิญญาณของคุณ

การปฏิบัติพิธีชงชาที่บ้าน

การฝึกพิธีชงชาในวัฒนธรรมญี่ปุ่นอาจเป็นกิจกรรมที่สงบและเป็นสมาธิเพื่อรวมเข้ากับกิจวัตรประจำวันของคุณ ต่อไปนี้เป็นขั้นตอนทั่วไปที่ควรปฏิบัติตาม:

จัดเตรียมพื้นที่ชงชาของคุณ: ค้นหาพื้นที่ที่เงียบสงบและสะอาดในบ้านของคุณ โดยตั้งอยู่ใกล้หน้าต่างหรือแหล่งกำเนิดแสงธรรมชาติ จะตั้งโต๊ะเตี้ยหรือใช้เบาะรองนั่งบนพื้นก็ได้ ตรวจสอบให้แน่ใจว่ามีอุปกรณ์และเครื่องมือที่จำเป็นทั้งหมด เช่น ถ้วยชา ที่ตีชา ที่ตักชา และกาต้มน้ำขนาดเล็กหรือหม้อสำหรับต้มน้ำ

เตรียมชาของคุณ: ต้มน้ำและปล่อยให้เย็นเล็กน้อยก่อนเทลงในชามชา ใช้ที่ตักชาใส่ผงชาเขียวจำนวนเล็กน้อยลงในชาม ใช้ที่ตีชาตีชาจนเป็นฟอง

เสิร์ฟและเพลิดเพลิน: เสนอชามชาให้กับแขกของคุณหรือเพียงแค่ดื่มด้วยตัวเอง ถือชามด้วยมือทั้งสองข้างแล้วจิบเพื่อลิ้มรสชาติและกลิ่นหอมของชา หลังจากดื่มชาเสร็จแล้วให้ทำความสะอาดและจัดเก็บอุปกรณ์ต่างๆ อย่างเหมาะสม

การฝึกสติ: พิธีชงชาเป็นการฝึกสมาธิที่เน้นการมีสติและความตระหนักรู้ มุ่งเน้นไปที่ช่วงเวลาปัจจุบันและใส่ใจกับประสาทสัมผัสของคุณ เช่น รสชาติ กลิ่น และเนื้อสัมผัสของชา

โปรดจำไว้ว่าการฝึกพิธีชงชาที่บ้านเป็นประสบการณ์ส่วนตัว ดังนั้นอย่าลังเลที่จะปรับขั้นตอนและอุปกรณ์ให้เหมาะกับความต้องการและความต้องการของคุณ

การฝึกสมาธิอาหารที่บ้าน

อาหารญี่ปุ่นไม่เพียงแต่อร่อยเท่านั้น แต่ยังสืบทอดมรดกทางวัฒนธรรมอันยาวนานอีกด้วย การฝึกสมาธิด้านอาหารอาจเป็นวิธีที่ดีเยี่ยมในการชื่นชมรสชาติ เนื้อสัมผัส และความมีสติที่อาหารนำเสนอ ต่อไปนี้เป็นขั้นตอนทั่วไปที่ควรปฏิบัติตาม:

จัดฉาก: ค้นหาสถานที่เงียบสงบและสะดวกสบายที่คุณสามารถมีสมาธิโดยไม่มีการรบกวน จัดโต๊ะหรือเสื่อเล็กๆ พร้อมอาหารสไตล์ญี่ปุ่นดั้งเดิมหรืออาหารจานเดียวไว้ข้างหน้าคุณ หรี่ไฟหรือจุดเทียนเพื่อสร้างบรรยากาศอันเงียบสงบ

เลือกส่วนผสมของคุณ: เลือกวัตถุดิบที่สดใหม่และมีคุณภาพสูงสำหรับมื้ออาหารของคุณ ในอาหารญี่ปุ่น อาหารโดยทั่วไปประกอบด้วยข้าว ซุปมิโซะ และเครื่องเคียงหลายอย่าง เช่น ผักดอง ปลาย่างหรือเต้าหู้ และผลไม้เล็กน้อย

เตรียมอาหารของคุณ: ใช้เวลาในการเตรียมอาหารอย่างมีสติ โดยใส่ใจกับสี กลิ่น และเนื้อสัมผัสของส่วนผสมแต่ละอย่าง ใช้เทคนิคการทำอาหารญี่ปุ่นแบบดั้งเดิม เช่น การย่าง การนึ่ง หรือการเคี่ยว

นำเสนออาหารของคุณ: จัดเรียงอาหารของคุณอย่างสวยงามบนจานหรือในชาม โดยคำนึงถึงความสมดุลของสีและรูปทรง ใช้เวลาสักครู่เพื่อชื่นชมการนำเสนอและความพยายามที่คุณทุ่มเทในการทำอาหาร

เพลิดเพลินกับอาหารอย่างมีสติ: ก่อนที่จะรับประทานอาหาร ให้หายใจเข้าลึกๆ และมุ่งเน้นไปที่ความรู้สึกหิวและความคาดหวัง รับประทานคำเล็กๆ และเคี้ยวช้าๆ

เพื่อลิ้มรสชาติและเนื้อสัมผัสของส่วนผสมแต่ละชนิด ใส่ใจกับอุณหภูมิ เนื้อสัมผัส และรสชาติอันละเอียดอ่อนของแต่ละจาน

ความกตัญญูในการปฏิบัติ: หลังจากรับประทานอาหารเสร็จแล้ว ใช้เวลาสักครู่แสดงความขอบคุณต่ออาหาร ผู้คนที่เติบโตและเตรียมอาหารดังกล่าว และ โอกาสในการบำรุงร่างกายและจิตใจของคุณ

โปรดจำไว้ว่าการฝึกสมาธิเกี่ยวกับอาหารญี่ปุ่นเป็นประสบการณ์ส่วนตัวและส่วนบุคคล ดังนั้น อย่าลังเลที่จะปรับเปลี่ยนส่วนผสมและการนำเสนอให้เหมาะกับความต้องการและความต้องการของคุณ กุญแจสำคัญคือการรับประทานอาหารของคุณด้วยสติและซาบซึ้ง และลิ้มรสประสบการณ์แต่ละช่วงเวลา

การฝึกออกกำลังกายแบบซามูไรที่บ้าน

ซามูไรเป็นนักรบที่มีชื่อเสียงของญี่ปุ่นศักดินาซึ่งได้รับการฝึกฝนอย่างกว้างขวางทั้งในด้านร่างกายและ จิตใจ ต่อไปนี้คือแบบฝึกหัดบางส่วนที่ได้รับแรงบันดาลใจจากการฝึกซามูไรที่คุณสามารถฝึกได้ที่บ้าน:

การฝึกดาบ: คุณสามารถฝึกการเคลื่อนไหวของดาบโดยใช้ดาบไม้หรือพลาสติกหรือไม้เท้า เริ่มต้นด้วยการโจมตีขั้นพื้นฐานและค่อยๆ สร้างรูปแบบที่ซับซ้อนมากขึ้น ตรวจสอบให้แน่ใจว่าได้ฝึกท่าทางและการเดินเท้าที่เหมาะสม

การออกกำลังกายแบบบอดี้เวท:
นักรบซามูไรได้รับการฝึกฝนอย่างกว้างขวางในการออกกำลังกายแบบบอดี้เวท เช่น วิดพื้น สควอท และลันจ์ คุณสามารถออกกำลังกายเหล่านี้ได้ที่บ้านโดยไม่ต้องใช้อุปกรณ์ใดๆ ตั้งเป้าที่จะทำแบบฝึกหัดแต่ละชุดหลายๆ เซ็ต โดยค่อยๆ เพิ่มจำนวนครั้งของการฝึกซ้ำ

โยคะและการยืดกล้ามเนื้อ:
นักรบซามูไรยังฝึกโยคะและการยืดกล้ามเนื้อเพื่อรักษาความยืดหยุ่นและความคล่องตัว คุณสามารถฝึกโยคะที่บ้านโดยใช้วิดีโอออนไลน์หรือหนังสือ หรือเพียงแค่ออกกำลังกายยืดกล้ามเนื้อขั้นพื้นฐาน เช่น การยืดกล้ามเนื้อเอ็นร้อยหวายและการยืดไหล่

การฝึกจิต: นักรบซามูไรยังฝึกจิตใจของพวกเขาเพื่อพัฒนาสมาธิ สมาธิ และความยืดหยุ่น คุณสามารถฝึกสมาธิ การจินตนาการภาพ หรือการฝึกจิตอื่นๆ เพื่อพัฒนาทักษะเหล่านี้ได้

อย่าลืมปรึกษากับผู้เชี่ยวชาญด้านสุขภาพก่อนที่จะเริ่มโปรแกรมการออกกำลังกายใดๆ โดยเฉพาะอย่างยิ่งหากคุณมีภาวะสุขภาพหรือการบาดเจ็บใดๆ อยู่ก่อนแล้ว

เริ่มต้นด้วยความเข้มข้นต่ำและค่อยๆ เพิ่มความยากและระยะเวลาในการฝึกของคุณ ฝึกฝนสม่ำเสมอและมีวินัยจึงจะเห็นผล

การปฏิบัติอิเคบานะที่บ้าน

อิเคบานะเป็นศิลปะการจัดดอกไม้แบบญี่ปุ่นที่เน้นความเรียบง่าย ความกลมกลืน และการใช้วัสดุจากธรรมชาติ ต่อไปนี้เป็นขั้นตอนที่ต้องปฏิบัติตามเพื่อฝึกอิเคบานะที่บ้าน:

เลือกพื้นที่ที่เหมาะสม: ค้นหาพื้นที่ที่เงียบสงบและมีแสงสว่างเพียงพอในบ้านของคุณ ซึ่งคุณสามารถจัดสวนอิเคบานะได้
ตามหลักการแล้ว พื้นที่นี้ควรมีพื้นผิวเรียบและเข้าถึงน้ำได้ง่าย

รวบรวมวัสดุ: เริ่มต้นด้วยการรวบรวมดอกไม้ ใบไม้ และกิ่งก้านต่างๆ จากสวนหรือร้านดอกไม้ในท้องถิ่นของคุณ เลือกวัสดุที่มีรูปร่าง สี และพื้นผิวที่แตกต่างกันเพื่อสร้างความแตกต่างและความน่าสนใจ

เตรียมเครื่องมือของคุณ: คุณจะต้องมีกรรไกรปลายแหลม แจกันหรือภาชนะ และกบ Kenzan หรือดอกไม้เพื่อยึดวัสดุของคุณให้อยู่กับที่

เลือกสไตล์: อิเคะบานะนำเสนอสไตล์ที่หลากหลายโดยมีกฎเกณฑ์และหลักการของตัวเอง ค้นคว้าสไตล์ที่แตกต่างและเลือกสไตล์ที่โดนใจคุณ
หรือสร้างสไตล์ของคุณเองตามความต้องการและสัญชาตญาณของคุณ

สร้างการจัดเรียงของคุณ: เริ่มต้นด้วยการเลือกจุดโฟกัส เช่น ลำต้นสูงหรือดอกไม้ขนาดใหญ่ และสร้างรอบๆ โดยเพิ่มวัสดุอื่นๆ ในลักษณะที่สมดุลและกลมกลืน ใส่ใจกับช่องว่างระหว่างวัสดุ และใช้ความไม่สมดุลและความเรียบง่ายเพื่อสร้างความรู้สึกสง่างามและความประณีต

สังเกตและไตร่ตรอง: เมื่อคุณสร้างการจัดเตรียมของคุณแล้ว ให้ถอยกลับไปและสังเกตจากมุมที่ต่างกัน สะท้อนถึงรูปทรง สี และพื้นผิวของวัสดุ ตลอดจนความรู้สึกและอารมณ์ที่สิ่งเหล่านี้ปลุกเร้าในตัวคุณ

โปรดจำไว้ว่าการฝึกอิเคบานะเป็นประสบการณ์ส่วนตัว
ดังนั้นอย่าลังเลที่จะทดลองกับวัสดุและสไตล์ที่แตกต่างกัน
และเพื่อแสดงความคิดสร้างสรรค์และบุคลิกภาพของคุณ
สิ่งสำคัญคือต้องเข้าถึงการปฏิบัติด้วยจิตใจที่เปิดกว้างและเอาใจใส่
และเพลิดเพลินไปกับกระบวนการสร้างสรรค์สิ่งที่สวยงามและมีความหมาย

การปฏิบัติของสวนหินที่บ้าน

สวนหินคือการออกแบบสวนญี่ปุ่นที่เน้นความเรียบง่าย ความเรียบง่าย และการใช้องค์ประกอบทางธรรมชาติ ต่อไปนี้เป็นขั้นตอนที่ต้องปฏิบัติตามเพื่อสร้างสวนหินที่บ้าน:

เลือกสถานที่: หาพื้นที่ราบและระบายน้ำได้ดีในสวนหรือระเบียงซึ่งมีแสงแดดส่องถึง พิจารณาขนาดและรูปร่างของพื้นที่ รวมถึงวัสดุและองค์ประกอบที่คุณต้องการรวมไว้ในสวนของคุณ

การรวบรวมวัสดุ: สำหรับสวนหิน คุณจะต้องมีหินขนาดต่างๆ กรวดหรือทราย และคราด คุณยังสามารถรวมองค์ประกอบอื่นๆ เช่น มอส เฟิร์น หรือต้นไม้เล็กๆ เพื่อสร้างความรู้สึกถึงความลึกและคอนทราสต์

วางแผนการออกแบบของคุณ: ใช้ปากกาและกระดาษเพื่อร่างการออกแบบของคุณ โดยคำนึงถึงตำแหน่งของหิน รูปร่างและขนาดของพื้นที่ รวมถึงลวดลายและพื้นผิวที่คุณต้องการสร้าง พิจารณาหลักการของความไม่สมมาตรและความเรียบง่าย และการใช้พื้นที่เชิงลบเพื่อสร้างความรู้สึกสมดุลและความสามัคคี

สร้างสวนของคุณ: เริ่มต้นด้วยการวางชั้นกรวดหรือทรายเป็นฐาน จากนั้นจัดเรียงหินและองค์ประกอบอื่นๆ ในการออกแบบของคุณ ใช้คราดเพื่อสร้างลวดลายและพื้นผิวในกรวดหรือทราย และให้ความรู้สึกเหมือนน้ำหรือคลื่น

รักษาสวนของคุณ: เมื่อคุณสร้างสวนหินแล้ว ให้ดูแลรักษาเป็นประจำโดยกำจัดเศษซากและวัชพืชออก และกวาดกรวดหรือทรายเพื่อรักษาลวดลายและพื้นผิวให้คมชัดและสะอาด

โปรดจำไว้ว่าการสร้างสวนหินเป็นประสบการณ์ส่วนตัว ดังนั้นอย่าลังเลที่จะทดลองใช้วัสดุ รูปร่าง และลวดลายที่แตกต่างกัน และเพื่อแสดงความคิดสร้างสรรค์และบุคลิกภาพของคุณ สิ่งสำคัญคือต้องเข้าถึงการปฏิบัติด้วยจิตใจที่เปิดกว้างและเอาใจใส่ และเพลิดเพลินไปกับกระบวนการสร้างสรรค์สิ่งที่สวยงามและมีความหมาย

การฝึกอักษรวิจิตรที่บ้าน

การประดิษฐ์ตัวอักษรเป็นศิลปะการเขียนที่สวยงามและแสดงออกโดยใช้แปรงหรือปากกาเพื่อสร้างตัวละครที่หรูหราและลื่นไหล ต่อไปนี้เป็นขั้นตอนที่ต้องปฏิบัติตามเพื่อฝึกเขียนพู่กันที่บ้าน:

การรวบรวมวัสดุ: ในการฝึกประดิษฐ์ตัวอักษร คุณจะต้องใช้แปรงหรือปากกา หมึก กระดาษ และพื้นผิวสำหรับเขียน เช่น โต๊ะหรือโต๊ะ คุณสามารถซื้ออุปกรณ์คัดลายมือได้ที่ร้านขายอุปกรณ์ศิลปะหรือทางออนไลน์

เรียนรู้พื้นฐาน:
การประดิษฐ์ตัวอักษรเกี่ยวข้องกับการเรียนรู้เทคนิคที่เหมาะสมในการจับแปรงหรือปากกา การสร้างเส้นบางและหนา และสร้างตัวอักษรและลายเส้นต่างๆ คุณสามารถเรียนรู้พื้นฐานของการประดิษฐ์ตัวอักษรได้โดยการดูบทเรียนออนไลน์ เข้าเรียน หรืออ่านหนังสือเกี่ยวกับการประดิษฐ์ตัวอักษร

ฝึกฝนอย่างสม่ำเสมอ:
กุญแจสำคัญในการพัฒนาทักษะการประดิษฐ์ตัวอักษรของคุณคือการฝึกฝนอย่างสม่ำเสมอ เริ่มต้นด้วยตัวอักษรและลายเส้นง่ายๆ แล้วค่อยๆ สร้างเป็นรูปแบบที่ซับซ้อนมากขึ้น ฝึกฝนตัวละครแต่ละตัวหลายๆ ครั้ง โดยเน้นเทคนิคที่เหมาะสมและความสวยงามของรูปแบบ

การทดลองกับสไตล์: การประดิษฐ์ตัวอักษรนำเสนอสไตล์และสคริปต์ที่หลากหลาย โดยแต่ละอันมีกฎเกณฑ์และหลักการของตัวเอง ทดลองใช้สไตล์ที่แตกต่างหรือสร้างสไตล์ของคุณเองตามความต้องการและสัญชาตญาณของคุณ

สังเกตและไตร่ตรอง: เมื่อคุณสร้างผลงานการคัดลายมือแล้ว ให้ถอยออกมาหนึ่งก้าวและสังเกตจากมุมที่ต่างกัน สะท้อนถึงรูปทรง ลายเส้น และองค์ประกอบโดยรวมของผลงาน ตลอดจนความรู้สึกและอารมณ์ที่มันปลุกเร้าในตัวคุณ

โปรดจำไว้ว่าการฝึกเขียนอักษรวิจิตรเป็นประสบการณ์ส่วนตัว ดังนั้นอย่าลังเลที่จะทดลองกับสไตล์ วัสดุ และเทคนิคที่แตกต่างกัน และเพื่อแสดงความคิดสร้างสรรค์และบุคลิกภาพของคุณ สิ่งสำคัญคือต้องเข้าถึงการปฏิบัติด้วยจิตใจที่เปิดกว้างและเอาใจใส่ และเพลิดเพลินไปกับกระบวนการสร้างสรรค์สิ่งที่สวยงามและมีความหมาย

การปฏิบัติของการวาดภาพด้วยหมึกขาวดำที่บ้าน

การฝึกวาดภาพด้วยหมึกขาวดำสามารถเพลิดเพลินและนำไปใช้ประโยชน์ได้ที่บ้าน คำแนะนำบางประการสำหรับการฝึกวาดภาพด้วยหมึกขาวดำในบ้านของคุณเอง:

รวบรวมวัสดุที่จำเป็น: ตรวจสอบให้แน่ใจว่าคุณมีวัสดุที่จำเป็นสำหรับการวาดภาพด้วยหมึกขาวดำ โดยทั่วไปจะรวมถึงแท่งหมึก หินหมึก แปรง และกระดาษซับ คุณสามารถหาอุปกรณ์เหล่านี้ได้ตามร้านขายอุปกรณ์ศิลปะหรือทางออนไลน์

สร้างพื้นที่เฉพาะ: ตั้งค่าพื้นที่เฉพาะในบ้านของคุณสำหรับการฝึกวาดภาพด้วยหมึกขาวดำ อาจเป็นมุมเงียบ ห้อง หรือพื้นที่ใดๆ ที่คุณรู้สึกสบายใจและมีสมาธิโดยไม่มีสิ่งรบกวน จัดเรียงวัสดุของคุณอย่างเรียบร้อยและสร้างบรรยากาศที่ส่งเสริมความรู้สึกเงียบสงบและความคิดสร้างสรรค์

เรียนรู้เทคนิค: ทำความคุ้นเคยกับเทคนิคและหลักการของการวาดภาพด้วยหมึกขาวดำ คุณสามารถค้นหาหนังสือการเรียนการสอนและบทช่วยสอนออนไลน์ หรือแม้แต่เข้าร่วมชั้นเรียนหรือเวิร์คช็อปเสมือนจริงเพื่อเรียนรู้พื้นฐานและปรับปรุงทักษะของคุณ ศึกษาเทคนิคการใช้พู่กัน การเจือจางหมึก การแรเงา และการจัดองค์ประกอบที่ใช้กันทั่วไปในงานศิลปะรูปแบบนี้

การฝึกสติและสมาธิ:
เข้าใกล้การฝึกวาดภาพด้วยหมึกขาวดำของคุณด้วยกรอบความคิดที่มีสติและมีสมาธิ มุ่งความสนใจไปที่ฝีแปรงแต่ละฝีแปรง การไหลของหมึก และปฏิสัมพันธ์ระหว่างแปรง หมึก และกระดาษ อยู่ในกระบวนการอย่างเต็มที่ ปล่อยให้ความคิดของคุณสงบลงและน้อมรับคุณสมบัติการทำสมาธิของการฝึก

ยอมรับความไม่สมบูรณ์:
การวาดภาพด้วยหมึกขาวดำมักจะยกย่องความไม่สมบูรณ์และความเป็นธรรมชาติ โอบรับธรรมชาติของหมึกและแปรงที่คาดเดาไม่ได้ และปล่อยให้ความคิดสร้างสรรค์ของคุณไหลลื่นโดยไม่ต้องกังวลมากเกินไปเกี่ยวกับการบรรลุผลลัพธ์ที่ไร้ที่ติ ละทิ้งความสมบูรณ์แบบและเพลิดเพลินไปกับกระบวนการสร้างสรรค์งานศิลปะ

การทดลองและการสำรวจ:
การวาดภาพด้วยหมึกขาวดำมอบความเป็นไปได้ที่หลากหลายในการแสดงออก ทดลองใช้เทคนิคการใช้แปรงที่แตกต่างกัน สำรวจวัตถุต่างๆ (เช่น ทิวทัศน์ สัตว์ หรือรูปแบบนามธรรม) และเล่นกับเฉดสีและคอนทราสต์ที่แตกต่างกัน ใช้การฝึกฝนของคุณเป็นโอกาสในการค้นพบตนเองและการสำรวจตนเอง

การสะท้อนและเรียนรู้:
ใช้เวลาไตร่ตรองงานศิลปะของคุณและประสบการณ์การฝึกวาดภาพด้วยหมึกขาวดำ
สังเกตความก้าวหน้าของคุณ ระบุจุดที่ต้องปรับปรุง และเฉลิมฉลองความสำเร็จของคุณ
โอบรับการเดินทางแห่งการเรียนรู้และปล่อยให้การฝึกฝนของคุณพัฒนาไปตามกาลเวลา

โปรดจำไว้ว่า
การฝึกฝนการวาดภาพด้วยหมึกขาวดำที่บ้านนั้นมีจุดมุ่งหมายเพื่อเป็นแหล่งของความเพลิดเพลินส่วนตัว การแสดงออกอย่างสร้างสรรค์ และการเติบโตจากภายใน ยอมรับกระบวนการปล่อยให้ความคิดสร้างสรรค์ของคุณเฟื่องฟู และลิ้มรสคุณสมบัติการทำสมาธิที่รูปแบบศิลปะนี้นำเสนอ

บทสรุป

ในโลกสมัยใหม่ที่เปลี่ยนแปลงไปอย่างรวดเร็ว
ที่ซึ่งมีสิ่งรบกวนสมาธิมากมายและระดับความเครียดเพิ่มสูงขึ้น
การสร้างสภาพแวดล้อมที่มีความสามัคคีและมีสติภายในขอบเขตจำกัดของบ้านเราจึงมีความสำคัญมากขึ้นเรื่อยๆ

การผสมผสานเทคนิคต่างๆ เช่น คำปฏิญาณแห่งความเงียบ อิเคบานะ การทำสมาธิแบบเซน การทำสมาธิด้วยอาหาร สวนหิน การวาดภาพด้วยหมึกขาวดำ การประดิษฐ์ตัวอักษร และการออกกำลังกาย
เข้ากับกิจวัตรในบ้านของเราสามารถส่งผลกระทบอย่างมากต่อความเป็นอยู่และประสิทธิภาพโดยรวมของเรา

การปฏิบัติเหล่านี้ปลูกฝังการมีสติ เพิ่มความตระหนักรู้ในตนเอง ส่งเสริมความสมดุลทางอารมณ์ และส่งเสริมความรู้สึกความสามัคคีภายในตัวเราและสิ่งแวดล้อมของเรา
ด้วยการนำเทคนิคการเปลี่ยนแปลงเหล่านี้มาใช้ เราสามารถสร้างพื้นที่แห่งความสงบภายใน ความคิดสร้างสรรค์ และจิตสำนึกที่เพิ่มมากขึ้น
ซึ่งนำไปสู่ชีวิตที่เติมเต็มและมีเป้าหมายมากขึ้นภายในขอบเขตจำกัดของบ้านเรา ด้วยวิธีนี้ คุณสามารถเปลี่ยนชีวิตที่ตึงเครียดของคุณให้เป็นชีวิตที่อุดมสมบูรณ์ได้โดยใช้โยคะในวิถีซามูไร

ผลงานอื่นๆ

ศรีเทวี สุนทรีราจัน

อินฟินิตี้เชิงบวก

21 กฎแห่งจักรวาล

อาณาจักรหนังสือของฉัน

ฤดูกาลที่น่าหลงใหล: โอบกอดความมหัศจรรย์ของธรรมชาติ

แสงสว่างของ IKIGAI: เส้นทางแห่งชีวิตที่ส่องสว่าง

ICHIGO ICHIE HARMONY: ของขวัญแห่งช่วงเวลาปัจจุบัน

ศรีเดวี เคเจ ชาร์มีรจัน

วารสารซามูไร

ชั้นวางหนังสือ ZEN: หนังสือ 50 เล่ม ZEN READING CHALLENGE JOURNAL

เรื่องราว 200 ZEN: ปลูกฝังความคิดเชิงบวกและความสงบภายใน

เกี่ยวกับผู้เขียน

ศรีเทวี สุธีราจัน

ดร. Sridevi Soundirarajan หรือที่รู้จักในชื่อ Sridevi KJ Sharmirajan เป็นมืออาชีพชาวอินเดียที่มีชื่อเสียง โดยมีความสามารถทางวิชาการ ได้แก่ ปริญญาตรีสาขาวิศวกรรมอิเล็กทรอนิกส์และการสื่อสาร MBA และปริญญาโทสาขาโยคะเพื่อความเป็นเลิศของมนุษย์ เธอได้รับปริญญาดุษฎีบัณฑิตอันทรงเกียรติสาขาวรรณกรรม โดยสภารางวัล Iconic Peace Award คอลเลกชันบทกวีเปิดตัวของดร. ศรีเดวีเรื่อง "Positive Infinity" มีชื่อเสียงในด้านความกล้าหาญทางวรรณกรรม และได้รับการยกย่องและได้รับรางวัลมากมาย รวมถึงรางวัล Golden Book Awards ประจำปี 2023, รางวัล International Excellence Award ประจำปี 2023 และรางวัล Emily Dickinson Award แห่งศตวรรษที่ 21 เธอได้รับรางวัลอันทรงเกียรติ เช่น Nari Pratibha Samman Changemaker 2023, Bharat Vibhushan 2023, Rabindranath Tagore Literature Award 2023, International Ikigai Award 2023, International LSH Award 2023 และ World's Great Deeds Award จาก WORLD'S GREATEST RECORDS ผลงานของเธอขยายไปสู่อาณาจักรพอดแคสต์ด้วย "Spread Positive Infinity with Author Sridevi" ซึ่งมีอยู่ใน Apple Podcasts ในหมวดหมู่ใหม่และน่าจดจำ ซึ่งช่วยเสริมความพยายามด้านวรรณกรรมของเธอ อิทธิพลของ Dr. Sridevi ก้าวไปสู่จุดสูงสุดทั่วโลก ดังที่เห็นได้จากการที่เธอถูกรวมอยู่ใน Influencer Book of World Records และ Bharat Record Book 2023 ซึ่งเธอได้รับสถิติโลกสำหรับ

"ผู้เขียนเบื้องหลัง Positive Infinity และ Iconic Podcaster ประจำปี 2023" การเดินทางของ Dr. Sridevi ได้รับการยกย่องให้เป็น "พอดแคสต์ที่โดดเด่นและผู้แต่งแห่งปี 2023" โดยนิตยสาร She Rise Achievement Gala และ Diva Planet โดยเป็นตัวอย่างให้เห็นถึงพลังการเปลี่ยนแปลงภายในแต่ละคนเพื่อสร้างผลกระทบเชิงบวกต่อโลก ความสำเร็จที่หลากหลายของเธอเน้นย้ำความมุ่งมั่นของเธอต่อความเป็นเลิศและสร้างแรงบันดาลใจให้ผู้อื่นยอมรับศักยภาพอันไร้ขอบเขตของพวกเขา

www.ingramcontent.com/pod-product-compliance
Lightning Source LLC
LaVergne TN
LVHW041846070526
838199LV00045BA/1466
* 9 7 8 9 3 6 0 4 9 9 2 1 1 *